தகழி சிவசங்கரப் பிள்ளை

உள் அட்டையில் காணும் சிற்பக் காட்சியில் பகவான் புத்தரின் அன்னை மாயாதேவி கண்ட கனவின் பலனை மன்னர் சுத்தோதனருக்கு நிமித்திகர் மூவர் விளக்குகின்றனர். அவர்களுக்குக் கீழே அமர்ந்து அந்த விளக்கத்தை எழுதுகிறார் ஓர் எழுத்தர். எழுதும் கலையைச் சித்திரிக்கும் முதல் இந்தியச் சிற்பம் இதுவாகவே இருக்கலாம்.

(நாகார்ஜுன மலைச்சிற்பம் பொ.யு. இரண்டாம் நூற்றாண்டு, படஉதவி : நேஷனல் மியூசியம், புது தில்லி)

இந்திய இலக்கியச் சிற்பிகள்
தகழி சிவசங்கரப் பிள்ளை

மலையாள மூலம் : கே.எஸ்.ரவிக்குமார்

தமிழாக்கம் : த. விஜயலட்சுமி

சாகித்திய அகாதெமி

Thakazhi Sivasankara Pillai : Tamil Translation by T. Vijayalakshmi of K.S.Ravikumar's Monograph in Malayalam, Sahitya Akademi, New Delhi, 2021, Rs. 50/-

உரிமை © சாகித்திய அகாதெமி

ஆசிரியர்	:	கே.எஸ்.ரவிக்குமார்
தமிழாக்கம்	:	த.விஜயலட்சுமி
பொருள்	:	இந்திய இலக்கிய சிற்பிகள்
வெளியீடு	:	சாகித்திய அகாதெமி
முதல் பதிப்பு	:	2021
ISBN	:	978-93-5548-098-9
விலை	:	ரூ.~~50/-~~ 100

All rights reserved. No part of this book may be reproduced or utilized in any form or by any means, electronic or mechanical including photocopying, recording or by any information storage and retrival system, without permission in writing from Sahitya Akademi.

 சாகித்திய அகாதெமி

தலைமை அலுவலகம்	:	இரவீந்திர பவன், 35, பெரோஸ்ஷா சாலை, புது தில்லி 110 001. secretary@sahitya-akademi.gov.in | 011-23386626/27/28.
விற்பனை அலுவலகம்		'ஸ்வாதி' மந்திர் சாலை, புது தில்லி 110 001 sales@sahitya-akademi.gov.in | 011-23745297, 23364204.
கொல்கத்தா		4, டி.எல். கான் சாலை, கொல்கத்தா 700 025 rs.rok@sahitya-akademi.gov.in | 033-24191683/24191706.
சென்னை		குணா வளாகம், 443, இரண்டாம் தளம், அண்ணா சாலை, தேனாம்பேட்டை, சென்னை 600 018. chennaioffice@sahitya-akademi.gov.in 044-24311741 | 24354815
மும்பை		172, மும்பை மராத்தி கிரந்த சங்கிரகாலய சாலை, தாதர், மும்பை 400 014 rs.rom@sahitya-akademi.gov.in 022-24135744 | 24131948.
பெங்களூரு		மத்தியக் கல்லூரி வளாகம், பல்கலைக்கழக நூலக கட்டிடம், டாக்டர் அம்பேத்கர் வீதி, பெங்களூரு 560 001 rs.rob@sahitya-akademi.gov.in. 080-22245152, 22130870.

ஒளி அச்சு : R. Udhayabaskar, NN Seven, Chennai - 32
அச்சகம்: Mani Offset, Chennai - 77
Visit our website at http://www.sahitya-akademi.gov.in

மொழிபெயர்ப்பாளர் குறிப்பு

1980-களின் இறுதியில் இளங்கலை வகுப்பில் படிக்கும்போது மலையாள மொழியைக் கற்றுக் கொண்டிருந்த வேளையில் 1000 பக்கங்களுள்ள தகழியின் கயிறு நாவலை சவாலாக எடுத்து படித்து முடித்தேன். அவ்வாறுதான் எனக்குத் தகழியை அறிமுகம். அதற்குப் பிறகு செம்மீன், தோட்டியின் மகன் எல்லாம் மலையாளத்திலேயே படித்து இருப்பினும் தகழி என்ற ஒரு பெரும் இலக்கியவாதியை, மாபெரும் கதை சொல்லியை பிறப்பு முதல் இறப்பு வரையில் அவரது வாழ்க்கையையும் படைப்புகளையும் முற்றிலுமாகத் தெரிந்து கொள்ள வாய்ப்புக் கிடைத்ததில்லை.

இந்தப் புத்தக மொழிபெயர்ப்பில் அவரைக் குறித்த செய்திகள் தந்த ஆவலின் காரணமாக மொழிபெயர்ப்பு என்பதைவிட ஒரு வாசிப்பு என்ற நிலையில் எனக்கு மிகுந்த மகிழ்வை அளித்தது உண்மையே. 20 ஆண்டுகள் வழக்கறிஞராக இருந்து அதில் பெரிய சாதனை ஒன்றும் செய்ய முடியாவிட்டாலும் அந்த வாழ்வில் கிடைத்த அனுபவங்களும் மனிதர்களின் வாழ்வும் தனது படைப்பு இலக்கியத்திற்கு அடிப்படையாக அமைந்தது என்பதை அவர் பல இடங்களில் சுட்டிச் சென்றுள்ளார். ஐந்தாம் வகுப்பு மட்டுமே படித்து மளிகை கடை பையன் முதல் மாவாட்டும் வேலை வரை செய்து மெல்ல மெல்ல வாழ்க்கையில் முன்னேறி தமிழின் மிகப் பெரிய கதை சொல்லியாக மாறி ஞானபீடத்தைப் பெற்ற ஜெயகாந்தனின் வாழ்வியலோடு தகழிக்குப் பல ஒற்றுமைகள் உள்ளன.

மலையாள வாசகர்களுக்காக கே.எஸ். ரவிக்குமார் எழுதிய நூல் என்பதால் மலையாளப் பண்பாட்டு, வரலாற்றுச் செய்திகள் மிக இயல்பாக ஆங்காங்கு சுட்டி சொல்லப்பட்டுள்ளன. குறிப்பாகச் சம்மந்தமுறை, அருவிப்புறப் பிரதிஷ்டை, மருமக்கத்தாயத்தில் காரணவர் போன்ற சொல்லாடல்கள் மலையாளம் தெரியாத வாசகர்களுக்கு ஒரு புரிதல் இன்மையை ஏற்படுத்தக்கூடும் என்பதால் இச்செய்திகள் குறித்த விளக்கங்கள் அந்தந்தப் பக்கங்களில் அடைப்புக் குறிக்குள் கொடுக்கப்பட்டுள்ளன. தகழி எழுதிய நூல்கள் மற்றும் கதைகளின் தலைப்புகள் அதே படி தமிழில் கொடுக்கப்பட்டுள்ளன. கதைத் தலைப்புகளை மட்டும் மொழிபெயர்ப்புச் செய்வதால் எந்தப் பயனும் விளையப் போவதில்லை என்பதால் அவை அதே பெயரில்

கொடுக்கப்பட்டுள்ளன. மலையாள வாக்கிய அமைப்புக்கும் தமிழ் வாக்கிய அமைப்புக்கும் சில பல வேறுபாடுகள் இருப்பதால் அவற்றை மொழிபெயர்க்கும்போது சில மாறுபட்ட அமைப்பில் வாக்கியங்கள் வந்திருப்பதைக் காணலாம் அவற்றைத் தவிர்க்க இயலாததால் அதே படி கொடுக்கப்பட்டுள்ளன. இந்த நூலில் கொடுக்கப்பட்டுள்ள கட்டுரைகள் வேறு வேறு கால இடைவேளைகளில் எழுதப்பட்டதோ என்று எண்ணும்படியாகப் பல செய்திகள் திரும்பத்திரும்ப சொல்லப்பட்டுள்ளன. அவற்றை மொழிபெயர்ப்பாளருக்கு திருத்தம் செய்யும் உரிமை இல்லாததால் அதேபடி கொடுக்கப்பட்டுள்ளன.

எது எவ்வாறு இருப்பினும் தகழி என்ற இலக்கியக் கடலைக் கரையிலிருந்து பார்க்கவும் அதனுள் பயணித்து செல்லவும் வாய்ப்பளிக்கும் ஒரு நூல் என்ற முறையில் இதை மொழிபெயர்க்கக் கிடைத்த வாய்ப்பை நான் பெரும் பேறாகக் கருதுகிறேன். எனக்கு இந்த மொழி பெயர்ப்பு பணியைத் தந்த சாகித்திய அகாதெமி நிறுவனத்துக்கும் சிற்பி ஐயாவிற்கும் மனம் நிறைந்த நன்றியை உரித்தாக்குகிறேன். மொழிபெயர்ப்பில் உதவிய எனது மாணவர்கள் விஜய், பவன், பாரதி, ஜென்சி ஆகியோருக்கு எனது நன்றிகள்.

த. விஜயலட்சுமி
கேரளப் பல்கலைக்கழகம்
செல்: 9447070931
email: kanaliviji@gmail.com

முன்னுரை

குட்டநாடு என்ற தனது கையகல ஊரில் வாழ்ந்து கொண்டு உலக அளவுக்கு வளர்ந்த மலையாளத்தின் மகானான கதை எழுத்தாளரே தகழி சிவசங்கரப் பிள்ளை. கேரளம் என்ற ஒரு ஊரும் மலையாளம் என்ற ஒரு மொழியும் உயிர்த் துடிப்புள்ள கதை இலக்கியமும் அங்கு உள்ளன என்று உலகம் அறிந்தது தகழியின் படைப்புகள் மூலமாகும். அவ்வாறு கேரளத்திற்கு வெளியே மிகவும் அறியப்பட்ட மலையாளக் கதை எழுத்தாளராகத் தகழி சிவசங்கரப்பிள்ளை மாறினார்.

இருபதாம் நூற்றாண்டில் மலையாள இலக்கியத்திற்குத் தனித்தன்மையும் ஒளியும் கொடுத்து வளர்த்தெடுத்ததில் முக்கிய பங்கு தகழி சிவசங்கரப் பிள்ளைக்கு உண்டு. 1930 முதல் 70 ஆண்டு காலம் அவர் இலக்கிய உலகில் தீவிரமாக இயங்கி இருந்தார். சிறுகதை, நாவல் முதலிய இலக்கிய வகைகளில் தகழி அளித்த நன்கொடைகளின் பரப்பும் பன்மைத்தன்மையும் சிறப்பும் வியக்கத்தகுந்ததாகும், எத்தனை கூறினும் தீராத கதைகளின் மகா ஊற்றாக இருந்தது தகழியின் படைப்பு மனது.

தகழி வாழ்க்கையை மிக நுட்பமாக உற்றுநோக்குபவராக இருந்தார். நாடு, சமூகம், காலம், மனிதர் எல்லாவற்றினுடையவும் வெளிப்படையானதும் அடி ஆழத்தில் உள்ளதுமான சலனங்களை அவர் நுட்பமாகப் பிரித்துணர்ந்தார். அந்தப் புரிதல்களின் வெளிச்சத்தில் சுரண்டப்பட்டவர்களினுடையதும் மற்றும் நிராகரிக்கப்பட்ட மனிதர்களினுடையதுமான வாழ்வியல் சூழலில் நின்றுகொண்டு கலைச் சிற்பங்களை வடித்தெடுத்தார். தகழியின் ஒவ்வொரு படைப்பிலும் மாற்றத்திற்கான துடிப்பைக் கவனமாக வாசிக்கும் வாசகர்களால் உணர்ந்து கொள்ள முடிந்தது.

சாதாரண மக்களின் மொழியில் சாதாரண மக்களுடைய வாழ்வைத் தகழி படைத்தபோது அதில் அடங்கியுள்ள வாழ்வியல் உண்மைகள் பிரகாசித்து நின்றன. சமூக விளக்கத்திற்கு மார்க்சிய கண்ணோட்டங்களும் மனித மனங்களின் நுட்பமான சலனங்களைப் படைப்பதற்கு உளவியல் அறிவும் பயன்பட்டுள்ளன. எனினும் அதைக்கடந்த எழுத்தாளரின் தனித்தன்மையும் படைப்பு ரீதியிலான உட்காட்சிகளும் தகழியின் படைப்புகளில் தனி முத்திரை பதித்துள்ளன. தொடக்க காலத்தில்

யதார்த்தவாத எழுத்தில் ஆர்வம் காட்டி இருப்பினும் மெல்ல மெல்ல நாட்டுப்புற கதை சொல்லும் மரபிலமைந்த படைப்பு உத்திகளைத் தனது படைப்பில் கொண்டுவந்து தகழி வெற்றி பெற்றுள்ளார்.

மலையாளத்தின் இந்த மாபெரும் கதாசிரியரை இதுபோன்ற ஒரு சிறிய புத்தகம் மூலம் எளிமையாக அறிமுகப்படுத்தக் கூட இயலாது. அத்துணை பன்முகத்தன்மை கொண்டது தகழி சிவசங்கரப் பிள்ளையின் கதை உலகம். பரந்துபட்ட அந்த சொற்சித்திர உலகத்தை ஒரு சாளரக் காட்சியாக மட்டுமே இந்த எளிய கட்டுரைகளால் வழங்க இயலும்.

கே எஸ் ரவிக்குமார்

உள்ளடக்கம்

1. தகழி சிவசங்கரப் பிள்ளை 11
2. தகழியின் சிறுகதைகள் 26
3. தகழியின் நாவல்கள் 44
4. தோட்டியின் மகன் 65
5. ரெண்டிடங்கழி 73
6. செம்மீன் 78
7. ஏணிப்படிகள் 84
8. கயிறு 96
9. சுயசரிதையும் பிறவும் 113
10. தகழி என்னும் காவியப் படைப்பாளன் 118
       தகழியின் படைப்புகள் 124
       தகழி சிவசங்கரப் பிள்ளை – வாழ்க்கைக் குறிப்பு 127

1. தகழி சிவசங்கரப் பிள்ளை

உலக இலக்கியத்தில் மலையாளத்திற்கு ஒரு இடம் பிடித்துக் கொடுத்தவர் கதாசிரியர் தகழி சிவசங்கரப் பிள்ளை (1912-1999). அவர் எழுதிய சிறுகதைகளும் நாவல்களும் இருபதாம் நூற்றாண்டின் மலையாள இலக்கியத்தைச் செழிப்படையவும் வலுவடையவும் வைத்தன. குட்ட நாட்டின் காவிய எழுத்தாளன் என்று அறியப்படும் தகழியின் குறிப்பிடத் தகுந்த எழுத்துக்கள் பெரும்பாலும் அவர் பிறந்து வளர்ந்த மண்ணில் வேரோடியவையே. புவியியல் அடிப்படையிலும் பண்பாட்டு அடிப்படையிலும் தனக்கு அறிமுகமான வாழ்வியல் பகுதிகளிலிருந்து உருவாக்கி எடுத்த சிற்பங்களே அவை. சமூகத்தினுடையதும் காலத்தினுடையதும் இயற்கையினுடைதும் மனிதர்களுடையதுமான நாடித்துடிப்புகளை அவற்றில் தொட்டு உணர முடியும்.

கேரளத்திற்கு வெளியே பிறமொழி வாசகர்களுக்கு அறிமுகமான மலையாள எழுத்தாளர்கள் மிகச்சிலரே. அவர்களில் குறிப்பிடத் தகுந்தவர் தகழி சிவசங்கரப் பிள்ளை. குறிப்பாகச் செம்மீன் என்ற நாவலே அப்படிப்பட்ட புகழை அவருக்குத் தேடிக் கொடுத்தது. கடலின் மக்களைக் கதாபாத்திரங்களாக்கி துன்பவியல் முடிவைக் கொண்டு எழுதப்பட்ட அந்தப் புகழ்பெற்ற காதல் கதை இதயத்தைத் தொடும் ஒரு கதைச் சிற்பமாகும். இந்தியாவின் தேசிய சாகித்திய அகாதெமி விருதைப் (1957) பெற்ற முதல் மலையாள நாவலும் இதுவே. முக்கியமான இந்திய மொழிகளிலும் சில வெளிநாட்டு மொழிகளிலும் செம்மீன் மொழிபெயர்க்கப்பட்டுள்ளது. அதன் மூலம் மலையாளத்திற்கு உலக இலக்கியத்தின் பரந்துபட்ட வெளியில் சிறிது இடம் கிடைக்கவும் செய்தது. பல வெளிநாட்டவர்கள் மலையாளம் என்ற ஒரு இந்திய மொழி குறித்து அறிந்ததே செம்மீன் எழுதப்பட்ட மொழி என்ற நிலையிலாகும்.

மிகப் பரந்துபட்ட ஒரு இலக்கிய உலகத்தை உருவாக்கியவர் கதாசிரியர் தகழி சிவசங்கரப் பிள்ளை. சிறிதும் பெரிதுமாக நாற்பதிற்கும் மேற்பட்ட நாவல்களை அவர் எழுதியுள்ளார். அவற்றுள் மிகப்பெரும் கதைகள் முதல் குறுநாவல்கள் வரை அடங்கும். அவற்றை முழுவதுமாகக் கண்டடைய முடியவில்லை. எனினும் சுமார் 500 சிறுகதைகளைத் தான் எழுதி இருப்பதாக அவரே கூறியுள்ளார். வாழ்க்கை வரலாறு சார்ந்த எழுத்துக்கள், நாடகம், பயணக் குறிப்புக்கள் என்று

இவ்வாறு வேறுபட்ட வகைமைகளில் அமைந்த படைப்புக்கள் பல உள்ளன. இவற்றையெல்லாம் உட்படுத்தி செழிப்பான ஒரு இலக்கிய உலகத்தைத் தகழி மலையாளத்திற்கு நன்கொடையாக வழங்கியுள்ளார். அவற்றிலெல்லாம் தனது வாழ்நாளில் தனக்கு அறிமுகமான, கடந்த காலகட்டங்களைக் குறித்து தான் படித்த, கேட்டறிந்த கேரளத்தின் வாழ்வியல் பரிணாமங்களைப் படைத்துக்காட்ட அவர் முயற்சி செய்துள்ளார்.

இளமைக்காலத்தில் ஏறக்குறைய இருபது ஆண்டுகள் வழக்கறிஞராகப் பணியாற்றினார் எனினும் அடிப்படையில் தகழி சிவசங்கரப்பிள்ளை ஒரு விவசாயி. பரம்பரையாகவே விவசாயினுடைய ரத்தம்தான் அவரது நரம்புகளில் ஓடிக்கொண்டிருந்தது. தகழியின் எழுத்துலகம் அடிப்படையில் கேரள விவசாய வாழ்வியலை மையமிட்டதாகும். தகழியின் பல சிறந்த படைப்புகள் மண்ணுக்கும் மனிதனுக்கும் இடையே இருக்கும் ஆன்ம உறவை மிகநுட்பமாகப் படைத்துக் காட்டுவதாக அமைந்துள்ளன.

இருபதாம் நூற்றாண்டின் இரண்டாம் பத்தின் தொடக்கத்தில்தான் தகழி சிவசங்கரப் பிள்ளையின் பிறப்பு 1912 ஏப்ரல் 17. அந்த நூற்றாண்டின் இறுதிப்பத்தில் அவரது மரணம் 1999 ஏப்ரல் 10. மொத்தத்தில் பார்க்கும்போது இருபதாம் நூற்றாண்டை ஏறக்குறைய முழுவதுமாகத் தொட்டுணர்ந்து நிற்பதாக இருக்கிறது அவருடைய வாழ்க்கை.

தகழி சிவசங்கரப் பிள்ளை பிறந்தபோது கேரள மாநிலம் தோன்றி இருக்கவில்லை. இந்தியாவின் தென்மேற்கு மூலையில் உள்ள திருவிதாங்கூர் என்ற நாட்டின் ஏறக்குறைய நடுப்பகுதியில் கடற்கரையோடு சேர்ந்து கிடக்கும் பரந்து விரிந்த வயல்களும் நதிகளும் ஏரிகளும் நிறைந்து நல்ல நீர்வளமிக்க பிரதேசமே குட்ட நாடு. ஏறக்குறைய 200 சதுர கிலோ மீட்டர் பரப்பளவு உள்ள இந்தப் பிரதேசம் நெல் விவசாயத்திற்குப் புகழ் பெற்றதாக விளங்கியது. குட்டநாடு திருவிதாங்கூரின் நெல்லறை என்று அறியப்பட்டிருந்தது. குட்ட நாட்டின் தென்மேற்கு மூலையில் உள்ள ஒரு சிறு கிராமம்தான் தகழி. இயற்கை அழகின் தனித்தன்மை காரணமாகக் குடாநாட்டிற்கு எனத் தனிப்பட்ட ஒரு பண்பாடு இருந்தது. படகுப்போட்டி போன்ற கொண்டாட்டமான

விளையாட்டு போட்டிகள், பலதரப்பட்ட நாட்டுப்புறப் பாட்டுகள், படையணி போன்ற நாட்டுப்புற நிகழ்த்து கலைகள் எனப் பொதுமக்கள் பண்பாடு ஒரு புறம். கூடியாட்டம், கதகளி, ஓட்டந்துள்ளல் போன்ற பிற இலக்கியச் செல்வாக்குமிக்க காட்சிக் கலை வடிவங்கள் மறுபுறம் என்று இவ்வாறு புகழ்பெற்ற அம்பலப்புழை கோவிலை மையமிட்டு நிலை நின்றிருந்த இந்தப் பண்பாட்டுப் பாரம்பரியத்திற்கு அருகிலுள்ள தகழி கிராமமும் தனது பங்கை அளித்துள்ளது. தகழியில் பிறந்து வளர்ந்த புகழ்பெற்ற கதகளிக் கலைஞர்கள் பலர் அந்தக் கலையின் வரலாற்றில் இடம் பெற்றுள்ளனர். இதை நிறுவும் வகையில் 'தகழிமுறை' என்ற ஒரு மரபே கதகளி நிகழ்வில் ஒரு காலத்தில் இருந்தது. தகழி சிவசங்கரப் பிள்ளையின் தந்தையின் தம்பி குஞ்சுக்குறுப்பு ஆசான் தேசிய அளவில் அங்கீகாரம் பெற்ற கதகளி நடிகராவார். கதகளியில் தெக்கத்திய மரபுகளைத் தோற்றுவித்த ஆசானாக மேற்குறிப்பிட்ட கலைஞர் இருந்தார் என்பதால் மிகவும் அங்கீகரிக்கப்பட்ட ஆசிரியராகக் குஞ்சுக் குறுப்பு திகழ்ந்தார்.

இப்படிப்பட்ட சிறந்த பண்பாட்டின் மடியில் தான் தகழி சிவசங்கரப் பிள்ளை பிறந்து விழுந்தார். தகழி கிராமத்தில் படஹாரம் பகுதியில் அரீப்புறத்து வீட்டில் பார்வதி அம்மா தான் இவரது தாய். அம்மாவின் தாய்வீடு கொச்சுகாங்கோலில் என்பதாக இருந்தது. இவ்வாறுதான் சிவசங்கரப் பிள்ளையின் பெயரின் முதல் எழுத்துக்கள் கே.கே என்றானது. தந்தை பொய்ப் பள்ளிக்களத்தில் சங்கரக் குறுப்பு. சங்கர குறுப்பு களரியில் கச்சைகட்டி கதகளி பயின்றவராக இருந்தார். சிறிது காலம் ஓட்டந்துள்ளலும் படித்தார். இருப்பினும் அவர் விவசாயியாகவே வாழ்ந்தார். அவருக்கு புராண இதிகாசங்கள் குறித்த ஆழ்ந்த புலமை இருந்தது. தகழியின் பெற்றோருக்கு இரண்டு குழந்தைகள் இருந்தனர். மூத்தது பெண் குழந்தை. மகளைவிட வயதில் மிக இளையவனாக மகன் சிவசங்கரப்பிள்ளை இருந்தான். சகோதரி முன்பே திருமணமாகிக் கணவன் வீட்டுக்குப் போய் விட்டதனால் ஏறக்குறைய சிவசங்கரப் பிள்ளையின் இளமைக்காலம் தனிமைப் பட்டதாக இருந்தது.

தகழிக்குக் கல்வியைத் தொடங்கி வைத்தவர் அவரது தந்தையே. தொடர்ந்து நிலத்தில் எழுதும் ஆசிரியரின் திண்ணைப்பள்ளியில் சேர்க்கப்பட்டார். எனினும் அந்த ஆசிரியரின் கடுமையான நடத்தை

ஏற்படுத்திய வெறுப்பும் பயமும் காரணமாக சிவசங்கரன் அந்தப் பள்ளிக்குப் போக விரும்பவில்லை. எனவே அவரைக் கற்பிப்பதன் பொறுப்பைத் தந்தை ஏற்றுக் கொண்டார். அவர் எழுதப்படிக்க மட்டுமல்லாமல் புராணக் கதைகளையும் மனதைக் கவரும் வகையில் சொல்லிக் கொடுத்தார். இரவில் தந்தை சொல்லிக்கொடுத்த புராணக் கதைகளில் மனமொன்றி ரசித்திருந்ததைக் குறித்து தகழி பிற்காலத்தில் எழுதியுள்ளார். தன்னைக் கதாசிரியனாக உருவாக்கியதில் தந்தையின் கதைசொல்லலுக்கு முக்கியமான பங்கு உண்டு என்று தகழி நம்புகிறார்.

சிவசங்கரப் பிள்ளையின் பள்ளிக்கல்வி தொடங்கியது தகழியில் உள்ள மலையாளப் பள்ளியிலாகும். அங்கு உண்ணி சார் என்ற ஒரு ஆசிரியரே ஒன்றாம் வகுப்பில் சிவசங்கரப் பிள்ளையின் ஆசிரியராக இருந்தார். இரண்டாம் வகுப்பு ஆசிரியர் உம்மன் சார் மிக ரசனையோடு கதை சொல்லும் நபராக இருந்தார். கதை சொல்லும் திறனுடைய குழந்தையாக சிவசங்கரப் பிள்ளை இருந்ததை உணர்ந்த ஆசிரியர் புனைவு வகுப்பில் கதை சொல்வதற்கு அவனை ஊக்குவித்தார். தன் தந்தையிடமிருந்து கேட்டறிந்த புராணக்கதைகளைக் குட்டி சிவசங்கரன் தனது சகநண்பர்கள் முன்னால் தனக்கே உரித்தான பாணியில் சொல்லிக் கொடுத்தான்.

நான்காம் வகுப்பில் தேர்ச்சி பெற்றவுடன் அம்பலப்புழையில் ஒரு ஆங்கில நடுநிலைப்பள்ளியில் சேர்ந்து சிவசங்கரப்பிள்ளை தன் கல்வியைத் தொடர்ந்தான். அந்தப் பள்ளி கடற்கரையில் அமைந்திருந்தது. மீனவர்களின் வாழ்வியலுடன் இணைந்திருந்த அக்காலத்தில் கிடைத்த அனுபவம் பின்னாட்களில் 'செம்மீன்' எழுதும்போது தகழிக்கு உதவியது. செம்மீனில் இடம்பெறும் கதாபாத்திரங்களில் பலர், இந்தக் கல்வி பயிலும் காலங்களில் தகழியின் மனதில் இடம்பெற்றவர்களாவர். பிற்காலத்தில் கேரள அரசியலில் ஆற்றல் மிகுந்த தலைவராக இருந்தவரும், நாடாளுமன்ற உறுப்பினருமான என். ஸ்ரீகண்டன் நாயர் அம்பலப்புழை ஆங்கில நடுநிலைப்பள்ளியில் தகழியின் வகுப்புத் தோழனாய் இருந்தார். ஸ்ரீகண்டன் நாயர் தகழியின் வாழ்நாள் முழுவதும் உற்ற நண்பர்களில் ஒருவராகத் திகழ்ந்தார். தகழி சிவசங்கரப்பிள்ளை சில காலம் கட்சி அரசியலில் ஈடுபட்டதும், தேர்தலில் போட்டியிட்டதும் ஸ்ரீகண்டன் நாயருடனான நட்பின் காரணமாகத்தான்.

அம்பலப்புழை ஆங்கில நடுநிலைப்பள்ளியில் மூன்றாம் வகுப்பு தேர்வான பிறகு மேற்படிப்பு பிரச்சனையானது. ஆங்கிலப் பள்ளி அருகில் எங்கும் இல்லை. பொருளாதார நெருக்கடி காரணமாகத் தந்தையால் தொடர்ந்து படிக்க வைக்க இயலாத சூழ்நிலையாக இருந்தது. அவர் இறுதியில் ஒரு தீர்வு கண்டார். தனது சகோதரியின் கணவன் வைக்கத்தில் தணிக்கைத் துறை அதிகாரியாகப் பணியாற்றி வந்தார். சிவசங்கரனை அங்கிருக்கும் ஆங்கிலப் பள்ளியில் படிக்கவைக்க முடிவு செய்தார். வைக்கம் ஆங்கிலப் பள்ளியில் படிக்கும்போதுதான் சிவசங்கரன் சிறுகதைகள் எழுதத் தொடங்கினார். கதை எழுதுவதில் மூழ்கியதால் படிப்பில் கவனம் குறைந்தது. ஐந்தாம் வகுப்பில் தோல்வி அடைந்த சிவசங்கரப்பிள்ளை வைக்கத்திலிருந்து படிப்பை நிறுத்தி தகழிக்குத் திரும்பிச் சென்றார்.

அக்காலத்தில் வைக்கத்திலிருந்து அதிக தூரமில்லாத ஹரிபாட்டிற்கு அருகே கருவாற்றையில் என்.எஸ்.எஸ். உயர்நிலைப்பள்ளி செயல்படத் தொடங்கி இருந்தது. சிவசங்கரப்பிள்ளை அங்கு சேர்ந்து கல்வியைத் தொடர்ந்தார். சில மாணவர்களோடு சேர்ந்து ஒரு வீட்டில் தங்கிப் படித்துக் கொண்டிருந்தார். புகழ் பெற்ற நாடக ஆசிரியரும் கட்டுரையாளரும் நடிகரும் காந்தியவாதியும் கல்வியாளருமான கைனிக்கர குமார பிள்ளை தான் கருவாற்ற உயர்நிலைப்பள்ளியில் தலைமை ஆசிரியராக இருந்தார். அவர் கண்டிப்பான ஒரு நபராக இருந்தார். பொது சமூகத்தில் மிகுந்த மதிப்பு உடையவராக கைனிக்கர குமார பிள்ளை திகழ்ந்திருந்தார். ஒரு முறை அவர் தாகூரின் 'காபூலி வாலா' என்ற சிறுகதையை வகுப்பில் வாசித்து கேட்கச் செய்ததை சிவசங்கரப்பிள்ளை நினைவு கூர்ந்தார். சிறுகதையைக் குறித்து அந்த மாணவன் கருதி இருந்ததைக் கடந்த ஒரு புதிய புனைவாக அது இருந்தது. தாகூரின் கதைகளை வாசித்தவுடன் சிறுகதைகள் குறித்து தகழிக்குப் புதிய தெளிவு கிடைத்தது. கைனிக்கர குமார பிள்ளை சிறுகதை எழுதுவதைக் குறித்து தனது மாணவனான தகழி சிவசங்கரப்பிள்ளைக்கு நேரடியாக அறிவுரைகள் எதுவும் வழங்கவில்லை. இருப்பினும் அவர் இலக்கிய வாசிப்பு மிக்க அந்த மாணவனுக்கு வாசிப்பின் பரந்துபட்ட உலகத்தை நோக்கி வழி நடத்தினார். வாசிக்க வேண்டிய புத்தகங்கள் எவை எவை என அவர் சுட்டிக்காட்டினார்.

தகழியைப் பொருத்தவரை மிகவும் பயனுள்ள ஒரு வழிகாட்டியாக கைனிக்கர குமார பிள்ளை என்ற ஆசிரியர் அமைந்தார். பிற்காலத்தில் சுமார் ஐம்பது வருடங்களுக்குப் பிறகு தனது சிறந்த படைப்பான 'கயறு' நாவலைத் தகழி கைனிக்கர குமார பிள்ளைக்கும் கேசரி பாலகிருஷ்ண பிள்ளைக்கும் சமர்ப்பித்தார்.

1929-இல் கருவாற்றா உயர்நிலைப்பள்ளியில் மாணவராக இருந்த பொழுதுதான் தகழியின் ஒரு சிறுகதை முதன்முதலாக அச்சு மையில் புரண்டது. நாயர் சர்வீஸ் சொசைட்டியின் முதன்மை இதழான 'சர்வீஸ்' வார இதழில் வெளியிடப்பட்ட 'சாதுக்கள்' வரலாற்று முக்கியத்துவமுள்ள படைப்பு. அப்போது அவருக்கு வெறும் 17 வயது மட்டுமே நிரம்பி இருந்தது. கே.கே.சிவசங்கரப்பிள்ள என்ற பெயரில் கதை அச்சடிக்கப்பட்டு வெளிவந்தது. அதே வருடம் மலையாள மனோரமாவிலும் அவரின் ஒரு சில கதைகள் வெளிவந்தன. பிறகுதான் தகழி சிவசங்கரப் பிள்ளை என்று பெயர் மாற்றப்பட்டது.

பள்ளி இறுதித் தேர்வில் வெற்றிபெற்றார். எனினும் தொடர்ந்து இரண்டு வருடங்கள் சிவசங்கரப்பிள்ளை வீட்டிலேயே இருந்தார். அந்தக் கால அளவில் தொடர்ந்து கதைகள் எழுதிக் கொண்டிருந்தார். சில கதைகள் வெளியிடப்படவும் செய்தன. அக்காலத்தில் திருவிதாங்கூர் அரசியலிலும் மலையாள இலக்கியத்திலும் பெரிய சலனங்களை ஏற்படுத்தும் ஒரு சமகால வெளியீடாக வந்து கொண்டிருந்தது ஏ.பாலகிருஷ்ண பிள்ளையின் 'கேசரி' இதழ். இலக்கிய உலகில் புதிய திசைகாட்டியாக விளங்கிய கேசரி பாலகிருஷ்ண பிள்ளையின் கட்டுரைகளும் பத்திரிக்கைக் குறிப்புகளும் அதில் வெளியிடப்பட்டன. ஐரோப்பிய மொழிகளிலிருந்து செய்யப்பட்ட சமகாலச் சிறுகதைகளின் மொழிபெயர்ப்புகளும் அதில் தொடர்ந்து வெளி வந்தவண்ணம் இருந்தன. அத்துடன் புதிய தலைமுறை எழுத்தாளர்களின் படைப்புகளையும் கேசரி வார இதழ் முக்கியத்துவம் கொடுத்து வெளியிட்டது. மட்டுமல்லாமல் புதிய அரசியல் சிந்தனைகளும் மன்னராட்சியினுடையவும் அதிகாரிகளின் ஒடுக்குமுறைகளுக்கு எதிரானதுமான விமர்சனங்களும் கேசரியில் வெளிவந்தன. மெல்ல மெல்ல உருவம் கொண்ட முற்போக்கு இலக்கியத்தின் சூழல் உருவாவதில் கேசரியும் பாலகிருஷ்ண பிள்ளையும் முக்கிய பங்கு வகித்தனர். அரசியல், இலக்கிய ஈடுபாடு

மிக்க இளைஞர்கள் மத்தியில் மிக வேகமாக கேசரி இதழ் கவனம் பெற்றது.

கேசரி வார இதழ் தகழி என்ற குட்டநாட்டு கிராமத்திற்கும் வந்து கொண்டிருந்தது. அதில் வெளியிடப்பட்டிருந்த புதிய சிறுகதைகளைக் கண்டு சிவசங்கரப்பிள்ளையும் புத்துணர்வு பெற்றார். அந்த இளைஞன் சில சிறுகதைகள் எழுதி ஏ. பாலகிருஷ்ண பிள்ளைக்கு அனுப்பினார். முதலில் அனுப்பிய சிறுகதைகள் அச்சாகவில்லை. எனினும் கடிதங்கள் வழி இதழ் ஆசிரியரின் ஊக்குவிப்பும் அறிவுரைகளும் சிவசங்கரப் பிள்ளைக்குக் கிடைத்தன. அந்த அறிவுரைகளை உள்வாங்கிய அவர் உற்சாகத்தோடு சிறுகதைகள் எழுதினார். *1931*-ல் தகழி சிவசங்கரப் பிள்ளையின் சிறுகதைகள் கேசரி வார இதழில் வெளிவர தொடங்கின.

இந்தக்கால கட்டத்தில்தான் முன்சீப் நீதிமன்றம் போன்ற அடிப்படை நீதிமன்றங்களில் வழக்கு வாதிப்பதற்கு தகுதி பெறும் பிலீடர்ஷிப் என்னும் சட்டத் தேர்வுக்குப் படிப்பதற்காக சிவசங்கரப்பிள்ளை திருவனந்தபுரத்திற்குப் போனார். திருவனந்தபுரத்திற்குப் போகும்போது வழக்கறிஞர் ஆவதை விட தனது இலக்கிய வாழ்வில் மேம்பாடு பெற வேண்டும் என்பதே தகழியின் இலக்காக இருந்தது. அத்துறையில் தனது வழிகாட்டியான கேசரி பாலகிருஷ்ண பிள்ளையின் அருகிருப்பு அங்கு கிடைக்கும் என்பது திருவனந்தபுரத்திற்குப் போவதற்கான மிகப்பெரிய தூண்டுதலாக அமைந்தது.

திருவனந்தபுரத்தில் சட்டக்கல்லூரி வகுப்புகளை விட பொது நூலக புத்தகங்களைத் தான் தகழி சிவசங்கரப்பிள்ளை அதிகமாகப் பயன்படுத்தினார். ஐரோப்பியக் கதை இலக்கியத்தில் சிறந்த நூல்களின் ஆங்கில மொழிபெயர்ப்புகள் மற்றும் பிராய்டின் உளவியல் குறித்தும் மார்க்ஸின் பொருளாதார தொலைநோக்கு பார்வை குறித்தும் எல்லாம் தெளிவு கிடைக்கும் நூல்களும் அங்கே அவருக்கு அறிமுகமாயின. அதோடு தனது படைப்பாக்க முயற்சிகளையும் செய்து கொண்டிருந்தார்.

இக்காலத்தில்தான் பிற்காலத்து மலையாள சிறுகதையின் ஒரு செவ்விலக்கியமாக அங்கீகாரம் பெற்ற ‘வெள்ளப்பொக்கத்தில்’ (வெள்ளப்பெருக்கில்) என்ற சிறுகதையை அவர் எழுதினார். சிறுகதை எழுத்தாளர் என்ற நிலையில் அங்கீகாரம் பெற்றுவந்த அந்தச்சூழலில்

1934-இல் அவருடைய முதல் நாவல் வெளியிடப்பட்டு வந்தது. ‘தியாகத்தினு பிரதிபலம்’ (தியாகத்தின் பலன்) என்ற அந்த நாவல் புத்தக வடிவத்தில் வெளிவந்த தகழியின் முதல் நூலாகும். திருவனந்தபுரத்தில் கமலாலயா புத்தக டிப்போதான் வெளியிட்டது. அடுத்த வருடம் ‘பதித பங்கஜம்’ என்ற இரண்டாவது நாவலும் வெளியிடப்பட்டது. அதே வருடத்தில் முதல் சிறுகதைத் தொகுப்பு ‘புது மலர்’ வெளியிடப்பட்டது ‘வெள்ளப்பொக்கத்தில்’ என்ற கதை உட்பட ஏழு சிறுகதைகள் இத்தொகுப்பில் இடம் பெற்றிருந்தன.

பிலீடர்ஷிப் தேர்வில் வெற்றி பெற்றார். எனினும் தகழி திருவனந்தபுரத்திலேயே தொடர்ந்தார். கேரள கேசரி பத்திரிக்கையில் அவருக்கு பதினெட்டு ரூபாய் சம்பளத்தில் கட்டுரையாளராக வேலை கிடைத்தது. தகழியின் நலம் விரும்பியான புகழ்பெற்ற நகைச்சுவை எழுத்தாளர் ஈ.வி. கிருஷ்ண பிள்ளையின் பரிந்துரைப்படியே அந்த வேலை அவருக்குக் கிடைத்தது. அக்காலத்தில் சிவசங்கரப் பிள்ளை சட்டமன்ற நடவடிக்கைகளை அறிக்கை செய்துள்ளார். பத்திரிகைத் துறையில் இரண்டு வருடங்கள் தகழி பணியாற்றியுள்ளார்.

இதற்கிடையில் தகழி சிவசங்கரப் பிள்ளைக்குத் திருமணம் நடைபெற்றது. 1935 செப்டம்பர் மாதம் 15-ஆம் தேதி திருமணம் நடந்தது. வேறொரு குட்டநாட்டு கிராமமான நெடு முடியிலே செம்பகசேரி சிறையில் கமலாட்சி அம்மா என்பவரே மணப்பெண். சிவசங்கரப் பிள்ளையின் அக்காள் கணவருடைய சகோதரி மகளே கமலாட்சி அம்மாள். தகழி மனைவியை ‘காத்தா’ என்று அழைப்பது வழக்கம். நீண்ட தாம்பத்திய வாழ்வில் தகழிக்குக் காத்தா அருந்துணையாக இருந்தார். ஒப்பற்ற ஒரு குடும்ப வாழ்வாக அது இருந்தது. தகழி தம்பதியினருக்கு ஒரு ஆண் குழந்தையும் நான்கு பெண் குழந்தைகளும் பிறந்தனர்.

திருமணம் செய்தபோது தகழி திருவனந்தபுரத்தில் பத்திரிக்கையில் வேலை செய்துகொண்டிருந்தார். மனைவி தகழியில் இருந்தார். இரண்டு வருடங்கள் அவ்வாறு கடந்து போயின. பத்திரிக்கை வேலைகளின் அவசரத்தில் கதை எழுதுவதற்குத் தகழிக்கு நேரம் கிடைக்கவில்லை. இவ்வாறு போனால் தகழியின் இலக்கிய வாழ்வில் எந்த மேம்பாடும் ஏற்படாது என்று கேசரி பாலகிருஷ்ண பிள்ளை குறிப்பிட்டார். தகழி பத்திரிக்கைப் பணியில் திருவனந்தபுரத்தில் தொடர்வதாக இருப்பின்

அவரது இலக்கிய வாழ்வு மட்டுமல்ல குடும்ப வாழ்வும் மேன்மை பெறாது என்று உணர்ந்த ஈ.வி. கிருஷ்ணபிள்ளை தகழியைக் கட்டாயப் படுத்தி அவரது ஊருக்கு அனுப்பி வைத்தார். அதற்கு அனுகூலமான ஒரு சூழலும் ஏற்பட்டது.

அம்பலப்புழையில் ஏற்கனவே இருந்த மாஜிஸ்ட்ரேட் நீதிமன்றத்தோடு சேர்ந்து 1936-ல் முன்சீப் நீதிமன்றமும் தொடங்கப்பட்டது. அம்பலப்புழையைச் சார்ந்த பி. பரமேஸ்வரன் பிள்ளை என்ற புகழ்பெற்ற வழக்கறிஞர் அக்காலத்தில் திருவிதாங்கூரின் தலைநகரமன திருவனந்தபுரத்தில் செயல்பட்ட உயர்நீதிமன்றத்தில் பணியாற்றி வந்தார். அவர் தனது அலுவலகத்தை அங்கிருந்து அம்பலப்புழைக்கு மாற்ற முடிவெடுத்தார். ஈ.வி. கிருஷ்ணபிள்ளையின் பரிந்துரைப்படி தகழி சிவசங்கரப்பிள்ளை பரமேஸ்வரன் பிள்ளையின் இளைய வழக்கறிஞராக அம்பலப்புழை முன்சீப் நீதிமன்றத்தில் 1937-ல் பணியாற்றத் தொடங்கினார். பரமேஸ்வரன் பிள்ளையோடான பணி அனுபவம் தகழிக்கு மிகுந்த பயனைத் தந்தது. சிறிது கால அளவிலேயே தகழி சிவசங்கரப்பிள்ளை சுதந்திரமாக வழக்குகளை நடத்தத் தொடங்கினார்.

இக்கால அளவில் தகழியின் இலக்கியப் பணி தீவிரமடைந்தது. 1940-களின் தொடக்கத்தில் தகழி சிவசங்கரப்பிள்ளை மலையாளத்தின் முதல் நிலை சிறுகதை எழுத்தாளர்களில் ஒருவராக அங்கீகரிக்கப் பட்டிருந்தார். மலையாளப் புத்தக வெளியீட்டு அரங்கில் பெரிய மாற்றங்களை ஏற்படுத்திய இலக்கியச் செயல்பாட்டுக் கூட்டுறவு சங்கம் 1945-இல் செயல்படத் தொடங்கியபோது அதன் முன்னோடிகளாக இருந்த புகழ்பெற்ற இலக்கிய விமர்சகர் எம்.பி. போள், கதையாசிரியர் காரூர் நீலகண்ட பிள்ளையும் வெளியிடுவதற்கு உகந்த முதல் புத்தகமாகத் தேர்ந்தெடுத்தது தகழியின் கதைகள் என்ற சிறுகதைத் தொகுப்பாகும். அந்த அளவு இலக்கிய உலகில் தகழிக்கு அங்கீகாரம் இருந்தது. தோட்டியின் மகன் (1947) ரெண்டிடங்கழி (1948) முதலிய நாவல்களும் வெளிவந்ததோடு தகழி சிவசங்கரப்பிள்ளை மலையாள இலக்கிய வரலாற்றில் மிக முக்கியமான இடத்தைப் பிடித்திருந்தார்.

அம்பலப்புழை நீதிமன்றத்தில் வழக்கறிஞராகப் பணியாற்றிக் கொண்டிருந்த தகழி சிவசங்கரப் பிள்ளைக்கு ஊரிலுள்ள சாதாரண மனிதர்களுடையதும் ஏழைத் தொழிலாளர்களுடையதுமான வாழ்வை

அருகிலிருந்து காண முடிந்தது. அவருடைய கட்சிக்காரர்கள் பெரும்பான்மையானவர்கள் ஏழைகளாக இருந்தனர். எனவே மிகக் குறைந்த ஊதியமே கிடைத்திருந்தது. பல நேரங்களில் கட்டணம் வாங்காமலே அவர் வழக்குகள் நடத்தினார்.

ஆனால் அவர்களிடமிருந்து அவர் பெற்றுக் கொண்ட மனித வாழ்வியல் நிலைகளைக் குறித்தும் மனித இயல்புகளைக் குறித்தும், சமூக நிலை குறித்துமான அனுபவங்களும் அறிவும் ஒரு எழுத்தாளர் என்ற நிலையில் மிக விலை உயர்ந்ததாக இருந்தன. பிற்காலத்தில் காவியத்திற்கு ஒப்பான கயிறு என்ற நாவல் எழுதுவதற்கான பல தகவல்கள் இந்த வழக்கறிஞர் பணியில் நடத்திய விசாரணைகள் மூலம் கிடைத்தவையாகும். நம்பிக்கைக்குரிய குமஸ்தா வாசு பிள்ளையின் சேவை தகழியின் வழக்கறிஞர் பணிக்கு மிகுந்த உதவியாக இருந்தது. இருப்பினும் சுமார் 20 ஆண்டுகள் ஆனபோது அவர் வழக்கறிஞர் பணியைக் கைவிட்டார். அதற்குள் அவர் எழுத்தாளர் என்ற நிலையில் பொருளாதார அடிப்படையில் சொந்தக்காலில் நிற்பதற்கான திறனைப் பெற்று இருந்தார். தகழி சிவசங்கரப்பிள்ளை- 1954-ல் 4 மாதம் நீண்ட ஒரு வெளிநாட்டு பயணம் சென்றிருந்தார். இது வழக்கறிஞர் பணியை கைவிடுவதற்கு ஒரு காரணமாகவும் அமைந்தது.

இதற்கிடையில் அரசியல் அரங்கிலும் தகழி சிறிது காலம் செயல்பட்டார். உண்மையில் தகழியின் வழி கட்சி அரசியல் அல்ல. அதற்கு மேலான அவர் தெளிவான ஒரு அரசியல் கருத்தியலைக் கொண்டிருந்தார். தொடக்க காலங்களில் தொழிலாளர்களின் வர்க்க அரசியல் முக்கியக் கதைப் பொருளாக வந்திருந்தது. சுதந்திர போராட்டத்தினுடையதும் மாநில காங்கிரசினுடையதும் கம்யூனிஸ்ட் கட்சியினுடையதுமான வளர்ச்சிகளையும் அவற்றின் சலனங்களையும் கண்டுணர்ந்து அவற்றோடு தகழி ஆதரவு கொண்டிருந்தார். இருப்பினும் வெளிப்படையாகக் கட்சி அரசியலில் அவர் தலையிட்டது அவருடைய நெருங்கிய நண்பனான என் ஸ்ரீகண்டன் நாயர் மூலமாகும். பிற்காலத்தில் ஆர்.எஸ்.பி. (ரெவலூஷனரி சோசலிஸ்ட் பார்ட்டி) ஆக மாறிய கட்சியின் தொடக்க வடிவமான கே.எஸ்.பி. (கேரள சோசியலிஸ்ட் பார்ட்டி) கட்சிக்காரராக இருந்தார் ஸ்ரீகண்டன் நாயர். சுதந்திரம் கிடைத்தபோது சுதந்திர திருவிதாங்கூர் என்ற வாதம் உயர்த்திய திவான் சி.பி. ராமசாமி

அய்யரை வெட்டிக் காயப்படுத்திய கே.சி.எஸ். மணி கே.எஸ்.பி. கட்சிக்காரராக இருந்தார். இவருடைய ஊரும் அம்பலப்புழை ஆகும். அதைத் தொடர்ந்து போலீஸ் விசாரணையில் தகழியும் உட்பட்டுள்ளார் என்றும் அரஸ்ட் வாரண்ட் உள்ளது என்றும் அறிந்த தகழி சிவசங்கரப் பிள்ளை திருவிதாங்கூரில் இருந்து தப்பி கொச்சி நாட்டின் பகுதியான வடக்காஞ்சேரியில் சிறிது காலம் தலைமறைவாக வாழ்ந்து வந்தார். அங்கிருந்துதான் தோட்டியின் மகன் என்ற நாவலை எழுதினார். இந்த அரசியல் உறவின் பின்னணியில் 1952-இல் பொதுத் தேர்தலில் திருக்கொச்சி சட்டமன்ற தொகுதியில் இருந்து தகழி கே.எஸ்.பி. வேட்பாளராகப் போட்டியிட வேண்டி வந்தது. அந்தத் தேர்தலில் காங்கிரஸ் வேட்பாளரிடம் தகழி தோற்றார். அத்தோடு அவரின் கட்சி அரசியலும் தேர்தல் அரசியலும் முற்றிலுமாக விடைபெற்றுக் கொண்டன.

தோட்டியின் மகன் நாவல் வெளிவந்த பிறகு அடுத்த வருடமே ரெண்டிடங்கழி என்ற நாவல் வெளியிடப்பட்டது. மலையாள நாவல் வரலாற்றில் முக்கியமான நாவலாக மாறிய ரெண்டிடங்கழி நாவல் நாவலாசிரியர் என்ற நிலையில் தகழிக்கு முக்கியமான இடத்தைத் தேடி தந்தது. அந்த நாவலை முன்னிறுத்தி மலையாளத்தில் இன்றும் உரையாடல்கள் தொடர்கின்றன. சிறிதும்பெரிதுமான பல நாவல்களை அவர் தொடர்ந்து எழுதினார். ஆனால் தகழியின் இலக்கிய வாழ்வில் ஒரு புதிய இடம் கிடைத்தது செம்மீன் எழுதியதனால்தான். பல நாட்களாகத் தகழி செம்மீன் என்ற நாவலை எழுதப் போகிறேன் என்று சொல்லிக் கொண்டிருந்தார். ஆனால் பல வருடங்கள் கழிந்து 1956-இல் தான் அதை எழுதி வெளியிட்டார். அதுவரை தகழி எழுதிக்கொண்டிருந்த வெளிப்படையான அரசியல் உள்ளடக்கம் உள்ள கடுமையான யதார்த்தவாத முறையிலிருந்து மாறி செம்மீன் என்ற நாவல் எழுதப்பட்டது. துன்பவியல் காதல் கதை கற்பனை கலந்து உருவாக்கிய படைப்பு அது. இலக்கிய உலகம் அதை உடனடியாக ஏற்றுக்கொண்டது.

வழக்கறிஞர் பணியைக் கைவிட்டு விட்டு தகழி முழு நேர எழுத்தாளரானார். இதற்கிடையில் சிறிய பல நாவல்கள் எழுதினாலும் பிறகு வெளிவந்த முக்கியமான அவரது நூல் 'ஏணிப்படிகள்' ஆகும். 1961-இல் மாத்ருபூமி வார இதழில் தொடர் கதையாக வெளியிடப்பட்ட அந்த நாவலுக்குக் கேரள சாகித்திய அகாதெமி விருது கிடைத்தது.

‘தர்ம நீதியோ அல்ல ஜீவிதம்’, ‘அனுபவங்கள் பாளிச்சகள்’, ‘புன்னபுர வயலாரினு சேஷம்’ முதலிய சில நாவல்கள் அதற்குப் பிறகு எழுதினார். எனினும் 1978-இல் வெளியிட்ட கயிறு என்ற நாவலே தகழியின் இலக்கிய வாழ்வில் மகுடமாக விளங்கியது. 250 வருட கால அளவில் கேரள வாழ்க்கைப் பரிணாமத்தை உட்கருத்தாகக் கொண்ட நாவல் அது. அதுவரை மலையாளத்தில் யாரும் பரிசோதனை செய்யாத கேரளத் தன்மைக் கொண்ட படைப்பாக்க முறையைக் கொண்டமைந்த அந்தப் பெரிய நாவல் பல கலந்துரையாடல்களுக்கு உட்பட்டு கவனத்தை ஈர்த்தது. 1980-ல் வயலார் விருதும் 1984-ல் இந்திய அரசின் ஞானபீட விருதும் அந்த நாவலை முன்னிறுத்தி தகழிக்கு வழங்கப்பட்டன. தொடர்ந்தும் தகழி சில நாவல்கள் எழுதினார். அவர் இறுதியில் வெளியிட்ட நாவல் ‘ஒரு எரிஞ்சடங்கல்’ 1990-ல் ஆகும். இலக்கியத்தோடு தொடர்புகொண்டு பொதுவெளியில் தகழி மிக ஈடுபாட்டோடு செயல்பட்டு இருந்தார். முற்போக்கு இலக்கிய இயக்கத்தோடு தொடக்க காலங்களில் அவர் தொடர்பு கொண்டிருந்தார். அதுதொடர்பான விவாதங்களிலும் கலந்துரையாடல்களிலும் அவர் ஆர்வத்தோடு பங்கெடுத்திருந்தார். 1979 ஆகஸ்டு 9 முதல் 1984 ஜூன் 30 வரை தகழி சிவசங்கரப்பிள்ளை கேரள சாகித்திய அகாதமியின் தலைவராக இருந்தார்.

தகழிக்கு இந்தியாவில் ஒரு எழுத்தாளருக்கு கிடைக்கும் மிகப்பெரிய அனைத்து அங்கீகாரங்களும் கிடைத்திருந்தன. பத்மபூஷன் விருது, சாகித்ய அகாதெமியின் சிறப்பு அங்கத்துவம் (fellowship) ஞான பீட விருது முதலியவை தேசிய அளவில் அவருக்கு கிடைத்த அங்கீகாரங்கள் ஆகும். கேரள பல்கலைக்கழகமும், மகாத்மா காந்தி பல்கலைக்கழகமும் டி.லிட் பட்டங்கள் கொடுத்து தகழி சிவசங்கரப் பிள்ளையைக் கௌரவித்தன. கேரள சாகித்திய அகாதமியின் சிறப்பு அங்கத்துவமும் கேரள அரசின் எழுத்தாளர்களுக்கு வழங்கப்படும் மிகப்பெரும் விருதான எழுத்தச்சன் விருதும் தகழிக்கு வழங்கப்பட்டன.

தகழியின் புகழ்பெற்ற நாவல் ‘செம்மீனை’ ராமு காரியாட்டு திரைப்படமாக இயக்கி வெளியிட்டார். அந்தத் திரைப்படத்துக்குச் சிறந்த திரைப்படத்திற்கான இந்திய குடியரசுத்தலைவரின் தங்கப்பதக்கம் கிடைத்தது. அந்த விருது பெற்ற முதல் மலையாளத் திரைப்படம் செம்மீன் ஆகும். தகழியின் ‘ரெண்டிடங்கழி’, ‘ஏணிப்படிகள்’,

'அனுபவங்கள் பாளிச்சகள்', 'சுக்கு', 'நுரையும் பதையும்' முதலிய நாவல்களும் திரைப்படமாக்கப்பட்டன. தகழியின் கதையை அடிப்படையாகக் கொண்டு எடுத்த வேறு ஒரு திரைப்படமே 'கந்தர்வ ஷேத்திரம்'. தகழியின் 'கன்யகா', 'ஒரு நியம லெங்கனம்', 'சின்னுவம்மா', 'நித்திய கன்னிகா' முதலிய சிறு கதைகளை அடிப்படையாகக் கொண்டு 'நாலு பெண்ணங்கள்' என்ற திரைப்படம் அடூர் கோபாலகிருஷ்ணனால் இயக்கப்பட்டது. அவரே 'கள்ளன்டெ மகன்', 'நியமமும் நீதியும்', 'பங்கி அம்மா', 'ஒரு கூட்டுகாரன்' முதலிய கதைகளை அடிப்படையாகக்கொண்டு 'ஒரு பெண்ணும் ரெண்டாணும்' என்ற திரைப்படத்தை உருவாக்கினார். தகழியின் 'அச்சனும் மகனும்' என்ற சிறுகதை 'ஓமனகுட்டன்' என்ற பெயரில் திரைப்படமாக்கப்பட்டது.

புகழ்பெற்ற திரைப்பட இயக்குனர் எம்.எஸ். சத்யு தகழியின் கயிறு நாவலின் பல பகுதிகளை இந்தியில் டிவி நாடகமாக இயக்கி தூர்தர்ஷனில் தேசிய அளவில் ஒளிபரப்பினார். மலையாளத்தில் புகழ் பெற்ற திரைப்பட இயக்குனர் ஜெயராஜ், தகழியின் 'வெள்ளப் பொக்கத்தில்' என்ற சிறுகதையைத் தொலைக்காட்சிப் படமாக வெளியிட்டார். அவர் கயிறு நாவலின் சில பகுதிகளை மையபடுத்தி 'பயானகம்' என்ற திரைப்படத்தை இயக்கினார். சாகித்திய அகாதெமிக்காகப் புகழ் பெற்ற எழுத்தாளர்களின் வாழ்க்கை வரலாற்றுத் தொடரில் எம். டி. வாசுதேவன் நாயர் தகழியைக் குறித்த ஆவணப்படம் ஒன்றைத் தயாரித்துள்ளார்.

தகழியின் நூல்கள் பரவலாக மொழி பெயர்க்கப்பட்டுள்ளன. தோட்டியின் மகன் ஆங்கிலத்திலும் ஜப்பான் மொழியிலும் ஹிந்தியிலும் மொழி பெயர்க்கப்பட்டு வெளியிடப்பட்டன. ரெண்டிடங்கழி, செம்மீன் முதலிய நாவல்கள் ஏறக்குறைய எல்லா இந்திய மொழிகளிலும் பல வெளிநாட்டு மொழிகளிலும் மொழிபெயர்க்கப்பட்டுள்ளன. தேசிய சாகித்திய அகாதமி மலையாளத்திலிருந்து பிற இந்திய மொழிகளுக்கு மொழிபெயர்ப்பு செய்ய முதலில் தேர்ந்தெடுத்த நாவல் ரெண்டிடங்கழி ஆகும். வங்காளம், குஜராத்தி, ஹிந்தி, கன்னடம், மராத்தி, ஒரியா, பஞ்சாபி, தமிழ், தெலுங்கு முதலிய இந்திய மொழிகளுக்கு ரெண்டிடங்கழி மொழிபெயர்க்கப்பட்டது. ஆங்கிலம், ரோமானியன், செக் மொழிகளிலும் ரெண்டிடங்கழி மொழிபெயர்ப்பு செய்யப்பட்டது. மலையாளத்தில் 1956-

இல் வெளியிடப்பட்ட செம்மீனின் ஆங்கில மொழிபெயர்ப்பு 1962-ல் வெளியிடப்பட்டது. வி.கே. நாராயண மேனன் மொழிபெயர்ப்பு செய்தார். ஆங்கிலத்தில் விக்டர் கொலான்ஸும் அமெரிக்காவில் ஹார்பர் & ரோ வெளியீட்டாளர்களாக இருந்தனர். புத்தகத்தின் வெளிப்பக்கத்தில் ஆசிரியர் பெயர் தகழி எஸ். பிள்ளை என்றிருந்தது. நியூயார்க் டைம்ஸில் பெஸ்ட் செல்லர் புத்தகங்களின் பட்டியலில் செம்மீனின் ஆங்கில மொழிபெயர்ப்பு பல வாரங்களாக நிலை பெற்றிருந்தது. செம்மீன் நாவலை வெளிநாட்டு மொழிகளில் மொழிபெயர்ப்பதற்காக யுனஸ்கோ தேர்ந்தெடுத்தது. பிரஞ்ச், இத்தாலியன், ஹங்கேரி, டச், ஜப்பானியம், போலீஷ் ரஷ்யா, ஸ்லோவாகியா, வியட்நாமிய, அரபி, சிங்களம், முதலிய வெளிநாட்டு மொழிகளில் செம்மீன் வெளியிடப்பட்டது. அசாமி, வங்காளம், குஜராத்தி, இந்தி, கன்னடம், மராத்தி, ஒரியா, பஞ்சாபி, சிந்தி, தமிழ், தெலுங்கு, உருது முதலிய இந்திய மொழிகளிலும் செம்மீன் மொழிபெயர்க்கப்பட்டது. தற்போது செம்மீன் நாவல் அனிதா நாயர் மொழிபெயர்த்த வேறொரு ஆங்கில மொழிபெயர்ப்பு வெளியிடப் பட்டுள்ளது. தோட்டியுடே மகன், பரமார்த்தங்கள், அனுபவங்கள் பாளிச்சகள், அவுசேப்பின்டே மக்கள் முதலிய நாவல்களும் ஆங்கிலத்தில் மொழிபெயர்க்கப்பட்டுள்ளன. ‘ஏணிப்படிகள்’ அசாமி, வங்காளம், கன்னடம், தமிழ் மொழிகளிலும், ஆங்கிலத்திலும் மொழிபெயர்க்கப்பட்டது. ஆங்கிலம், இந்தி மொழிகளில் கயிறு நாவல் மொழிபெயர்ப்புச் செய்யப்பட்டது. கயிறு நாவலை ஆங்கிலத்தில் மொழி பெயர்த்தது பள்ளி வகுப்பு முதலே தகழியின் நண்பனாக இருந்த புகழ்பெற்ற அரசியல் தலைவர் என் ஸ்ரீகண்டன் நாயர் ஆவார். ஹிந்தி பதிப்பின் மொழிபெயர்ப்பு செய்தது சுதாம்சு சதுர்வேதி ஆவார். டாக்டர் பி. வேணுகோபாலன் மொழிபெயர்த்த கயிறு நாவலின் சுருங்கிய மறு படைப்பு நேஷனல் புக் டிரஸ்ட் வெளியிட்டது. அதன் மொழிபெயர்ப்பு இந்தி - தமிழ் முதலிய மொழிகளில் வெளிவந்துள்ளன.

தகழி பல வெளிநாடுகளுக்குச் சென்று வந்துள்ளார். 1957-இல் அவர் ஜப்பான், தாய்லாந்து, வியட்நாம், மலேசியா முதலிய நாடுகளைப் பார்வையிட்டார். 1959-இல் சோவியத் யூனியனில் சுற்றுப் பயணம் நடத்தினார். இங்கிலாந்து, அமெரிக்கா, பிரான்ஸ் முதலிய நாடுகளில் 1962-இல் பயணம் மேற்கொண்டார். 1972-இல் இத்தாலி, இங்கிலாந்து

முதலிய இடங்களுக்குப் பயணம் மேற்கொண்டார். 1974-களில் சோவியத் நாட்டின் 'நேரு விருது' கிடைத்ததைத் தொடர்ந்து மீண்டும் சோவியத் யூனியனைப் பார்வையிட்டார். 1986-ல் ஜெர்மனியில் வைத்து நடந்த உலக மலையாளக் கருத்தரங்கிலும் பங்கு பெற்றார்.

தகழி சிவசங்கரப்பிள்ளை 1999 ஏப்ரல் 10ஆம் தேதி காலமானார். அவருடைய எண்பத்தி எட்டாவது பிறந்த நாளுக்கு ஏழு நாட்கள் இருக்கும்போது இறந்தார். அவருடைய வீடான தகழியில் உள்ள சங்கர மங்கலத்து வீட்டில் அவர் காலமானார். இப்போது அந்த வீடு கேரள அரசின் பண்பாட்டுத் துறையின் கீழ் தகழி நினைவு மையமாக பாதுகாக்கப்பட்டு வருகிறது. அவருக்குக் கிடைத்த விருதுகள், பயன்படுத்திய பொருட்கள், புத்தகங்கள் போன்றவை அங்கு பாதுகாக்கப்பட்டுள்ளன. இலக்கிய ஆர்வலர்களின் ஒரு காட்சிக் கூடமாகத் தகழி நினைவு மையம் மாறியுள்ளது.

2. தகழியின் சிறுகதைகள்

சிறுகதை என்பது நவீன இலக்கிய வடிவமாகும். அழகியல் ரீதியாகப் படைப்பாக்க முறையில் சிறப்புத்தன்மை பல உள்ள இவ்விலக்கியம் பத்தொன்பதாம் நூற்றாண்டின் முதல் பகுதியில்தான் மேற்கத்திய மொழிகளிலிருந்து இங்கு வந்து இறங்கியது. அச்சுக் கலையும் பதிப்புக்கலையும் வளர்ச்சி பெற்றதுதான் இந்த இலக்கிய வடிவம் பெருமளவில் வளர்வதற்கான பின்னணியாக அமைந்தன. காலனிய நவீனத்துவத்தின் தாக்கம் காரணமாகவே மலையாளத்தில் நாவல், சிறுகதை முதலிய இலக்கிய வடிவங்கள் உருவாகி வளர்ச்சி பெற்றன. சிறுகதை என்னும் இலக்கிய வடிவத்தின் சிறப்பு குணங்களுடன் குறிப்பிடும்படியான ஒரு கதை சொல்லும் முறை மலையாளத்தில் முதன் முதலில் 1894-ல் தான் அச்சடித்து வெளியிடப்பட்டது. 'வாசனா விகிர்தி' என்ற அந்தச் சிறுகதை வெளியீட்டை தொடர்ந்து 40 ஆண்டுகள் மலையாள சிறுகதை வரலாற்றின் முதல் கட்டம் என்று கருதப்படுகிறது. அன்றைய சிறுகதைகள் பலவும் மிக நுட்பமான வாழ்வியல் உண்மைகளைப் படைப்பதை விட வாசகர்கள் மனதில் ஆச்சரியப்படுத்தும் உட்பொருளை அமைப்பதில் கவனம் கொண்டிருந்தன. அவற்றில் பலவும் அதீதமான கற்பனைகளைக் கொண்ட கட்டுக்கதைகள் ஆகும். மெல்ல மெல்ல அந்த முறையில் மாற்றம் ஏற்படவும் சமகால மனித வாழ்வியல் பிரச்சனைகள் சிறுகதைகளில் தோன்றத் தொடங்கின.

மலையாளத்தில் சிறுகதை இலக்கியம் பொதுவில் சமகால வாழ்வோடும் சமூக யதார்த்தங்களோடும் படைப்பாக்க ரீதியில் கவனம் செலுத்தியது இருபதாம் நூற்றாண்டின் முதல் கால் பகுதிக்குப் பிறகாகும். தகழி சிவசங்கரப்பிள்ளை, பி. கேசவதேவ், எஸ்.கே. பொற்றேக்காடு, வைக்கம் முகமது பஷீர், பொன்குன்னம் வர்க்கி, காரூர் நீலகண்ட பிள்ளை, லலிதாம்பிகா அந்தர்ஜனம் முதலியவர்களின் சிறுகதைகள் வழியாக இந்த மாற்றம் ஏற்பட்டது. அந்த மாற்றத்திற்கு முன்னோடியாக இருந்த சிறுகதை எழுத்தாளர் தகழி. தொடக்ககால மலையாளச் சிறுகதைகள் பலவற்றிலும் காணப்பட்ட விரிவான வர்ணனைகளும் விளக்கமான கதாபாத்திர அறிமுகங்களும் ஆர்வத்தைத் தூண்டும் உட்பொருளும் இலக்கிய மொழியில் அமைந்த நீண்ட உரையாடல்களும் படைப்பாளரின் கருத்தாடல்களும் நிறைந்திருந்த மரபை மாற்றி புதிய படைப்பாக்க நடைக்கு இந்தக் காலகட்டத்தில் சிறுகதை மாறியது.

சிறுகதை என்ற ஒரு சிறந்த இலக்கிய வடிவத்தின் அழகியல் முன்வைத்த கூர்மை, சுருக்கம், முதலிய படைப்பு உத்திகளும் சேர்ந்தபோது ஒருங்கிணைந்த பயன் தரும் படைப்பு சிற்பங்களாகச் சிறுகதைகள் மாறத் தொடங்கின. படைப்பாக்க வாழ்வில் தொடக்கத்திலேயே இந்த முறையிலான சிறுகதைகளைத் தகழி சிவசங்கரப்பிள்ளையால் எழுத முடிந்தது.

உயர்நிலை வகுப்பு மாணவனாக இருக்கும்போதே தகழி சிவசங்கரப்பிள்ளை சிறுகதைகள் எழுதத் தொடங்கியிருந்தார். அக்காவின் குடும்பம் அப்போது வைக்கத்திற்கு அருகே வடையாரில் இருந்தது. அங்கிருந்து ஐந்து மைல் தினமும் நடந்துபோய் தகழி சிவசங்கரப்பிள்ளை வைக்கம் ஆங்கில உயர்நிலைப் பள்ளியில் படித்து வந்தார். அக்காலத்தில் தான் தகழி தனது முதல் சிறுகதையை எழுதினார். அதைக் குறித்து அவர் தனது சுயசரிதையில் சொல்லி இருக்கிறார்.

"வசித்துவந்த வீட்டை சுற்றிலும் உள்ள வீடுகளில் இருந்து பல பெண் பிள்ளைகள் வைக்கம் ஆங்கில உயர்நிலைப் பள்ளியில் படித்து வந்தனர் இவர்களுடன் தான் நான் சென்று கொண்டிருந்தேன். என்னை விடச் சிறிது வயது முதிர்ந்த மாணவிகளாக அவர்கள் இருந்தனர். போகும் வழியில் எங்களை எதிர்பார்த்து ஒரு மாணவி காத்திருப்பாள். நாங்கள் போகும்போது எங்களுடன் அவளும் இணைவாள். எனது வகுப்பில் தான் அவளும் படித்தாள்.

அந்த மாணவியுடன் எனக்கு ஒரு நெருக்கம் தோன்றியது. எனக்கு அப்போது 13 வயது இருக்கும் அவளுக்கு அதைவிட கொஞ்சம் குறைவாக இருக்கும். இந்த நெருக்கத்திற்கு என்ன பெயர் சொல்வது?.

அப்படியாகக் கொஞ்ச நாட்கள் கழிந்தன. நாங்கள் இருவரும் பேசிக் கொண்டதில்லை, கூட்டத்துடன் நடக்க மட்டுமே செய்வோம். இக்காலத்தில்தான் உரைநடையில் நான் ஒரு கதை எழுதினேன். முன்பு கவிதை வடிவில் கதை எழுதி இருந்தேன் உரைநடையில் எழுதப்பட்ட சில கதைகள் எனக்கு அறிமுகம் இருந்தது. பல உரைநடைப் புத்தகங்களை அக்காலகட்டத்தில் வாசிக்கவும் முடிந்தது. கவிதையோடு எனக்கிருந்த தனிப்பட்ட விருப்பத்தை மெல்லக் குறைத்துக்கொண்டேன். இருந்தாலும் கவிதைகளை வாசித்து வந்தேன். குமாரன் ஆசானின் 'சிந்தாவிஷ்டயாய சீதா' அன்று எங்களுக்கு பாடப் புத்தகமாக இருந்தது.

குமாரனாசானின் கவிதைகளும் வள்ளத்தோளின் கவிதை நூல்களெல்லாம் நான் வாசித்திருக்கிறேன். இருந்தாலும் கூடுதலான விருப்பம் கதைகளோடு தான். அவ்வாறு நான் ஒரு கதை எழுதினேன். அது ஒரு காதல் கதை. அந்தக் கதைக்கு எனது அந்தத் தோழியின் பெயரைத் தலைப்பாக வைத்தேன். பிறகு நான் ஒரு சாகசம் செய்தேன். நான் முதன் முதலில் அந்தத் தோழியோடு பேசியது நான் எழுத முடியாமல் போன பாடப் பகுதிகளைப் பார்த்து எழுதுவதற்கு வேண்டி அவளுடைய இயற்கை விஞ்ஞான புத்தகத்தை தரமுடியுமா என்று கேட்டபோது தான். அவள் உடனே புத்தகத்தை தந்தாள். மறுநாள் அதை திருப்பிக் கொடுத்த போது இந்தக் கதையையும் அந்தப் புத்தகத்தில் வைத்துக் கொடுத்தேன். அதற்குப் பிறகு எனக்குக் குற்ற உணர்வு ஏற்பட்டது. அது தவறாகப் போய்விட்டது என்று தோன்றியது அவள் தலைமை ஆசிரியரோடு புகார் கூறினாலோ? அதற்கு தெரியாமல் கொடுத்துவிட்டேன் என்ற ஒரு சாக்கு போக்கு இருந்தது. தலைமையாசிரியர் ஒரு புலியாக இருந்தார். மறு நாள் காலையில்தான் எனக்கு போன உயிர் திரும்ப வந்தது. அவள் அந்தக் கதையைத் திருப்பித் தந்தாள். அதில் ஒரு குறிப்பும் எழுதி இருந்தாள்."

"எ வெரி குட் ஸ்டோரி - கங்க்ராஜுலேஷன். முத்து முத்தாக அழகான கையெழுத்தில் எழுதப்பட்டிருந்தது. அந்தக் கதை அந்தப் பாராட்டு குறிப்போடு பலகாலம் என்னிடம் இருந்தது. பிறகு தொலைந்துபோனது இதுதான் நான் எழுதிய முதல் கதை."

பதிமூன்றாம் வயதில் தகழி எழுதிய அந்த கதையின் பெயர் 'கமலம்' என்பதாக இருந்தது. கதாநாயகிக்கு மாதிரியாக இருந்த மாணவியின் பாராட்டு தொடர்ந்து கதை எழுதுவதற்கு ஒரு ஊக்குவிப்பாக மாறியது. கதை எழுத்தில் மூழ்கிய சிவசங்கரப்பிள்ளை ஐந்தாம் வகுப்பில் தோற்றுப்போனார். அதோடு வைக்கத்திலிருந்து தனது படிப்பை நிறுத்திவிட்டார். பிறகு ஹரிபாட்டிற்கு அருகிலுள்ள கருவாற்றா என்.எஸ்.எஸ். உயர்நிலைப் பள்ளியில் சேர்ந்தார். கருவாற்றையில் உள்ள உயர்நிலைப் பள்ளியில் படிக்கும்போதுதான் தகழியின் ஒரு கதை முதன்முதலில் அச்சிடப்பட்டு வெளிவந்தது.

பள்ளி இறுதி வகுப்பிற்குப் பிறகு இரண்டு வருடங்கள் பொருளாதார நெருக்கடி காரணமாக மேற்படிப்பைத் தொடர முடியாமல்

தகழி சிவசங்கரப் பிள்ளை வீட்டிலேயே இருந்தார். அப்போதும் கதை எழுதுவதைத் தொடர்ந்து கொண்டிருந்தார். மலையாளச் சிறுகதையில் வந்துகொண்டிருந்த மாற்றத்தை உள்வாங்க இந்தக் காலகட்டத்தில் தகழி சிவசங்கரப் பிள்ளைக்கு முடிந்தது. அதற்கு முக்கிய காரணமானது ஏ பாலகிருஷ்ண பிள்ளை ஆசிரியராக இருந்து வெளிவந்த பிரபோதகன் வார இதழும், அது அதிகாரிகளின் நெருக்கடி காரணமாக நிறுத்தப்பட்டபோது பிறகு ஆரம்பித்த கேசரி வார இதழும் ஆகும். அரசியலிலும் இலக்கியத்திலும் உருவாகிவந்த புதிய சலனங்களுக்குப் பாதை அமைத்த முன்னோடி வெளியீடுகளாகப் பிரபோதனும் கேசரியும் அமைந்தன. மலையாள இலக்கியத்திலும் மலையாளிகளின் கருத்துருவாக்கங்களிலும் பெரிய மாற்றங்களுக்குக் காரணமான பத்திரிக்கை ஆசிரியராக இருந்தார் பாலகிருஷ்ண பிள்ளை. மலையாள இலக்கியத்தில் நவீன கருத்துக்கள் உருவம் கொண்டதற்கு இன்றியமையாத பங்கை அவர் அளித்தார்.

முதன்முதலில் தகழி சிவசங்கரப்பிள்ளை கேசரி வார இதழுக்கு அனுப்பிய சிறுகதைகள் வெளியிடப்படவில்லை என்றாலும் கதை எழுத்தில் செய்ய வேண்டிய மாற்றங்கள் குறித்து பத்திரிகை ஆசிரியர் வழிகாட்டுதல்கள் தந்திருந்தார். ஐரோப்பிய சிறுகதை இலக்கியத்தில் புகழ்பெற்றவர்களின் புதுமையான சிறுகதைகளைப் பாலகிருஷ்ண பிள்ளை மொழிபெயர்த்து கேசரியில் வெளியிட்டு இருந்தார். அந்தக் கதைகளை மிகக் கவனத்தோடு வாசிக்கவும் அவற்றின் உட் கருத்துக்களையும் படைப்பாக்க உத்திகளையும் வேறுபாடுகளையும் புரிந்துகொள்வதற்கும் பாலகிருஷ்ண பிள்ளையின் அறிவுரைகள் காரணமாயின. பிலீடர்ஷிப் தேர்வுக்குப் படிப்பதற்காக திருவனந்தபுரத்திற்குப் போன தகழி, பாலகிருஷ்ண பிள்ளையை நேரில் சந்தித்து இலக்கியப் பயிற்சிக்குத் தன்னை உட்படுத்திக் கொண்டார். அக்காலத்தில் தான் திருவனந்தபுரம் பொது நூலகத்திலிருந்து ஐரோப்பியக் கதாசிரியர்களின் படைப்புகளின் ஆங்கில மொழிபெயர்ப்புகளும் பிராய்டின் உளவியல் சிந்தனைகளும் மார்க்சிய பொருளாதாரச் சிந்தனைகளின் அடிப்படைக் கருத்தாக்கங்களும் அந்த இளைஞன் உள் வாங்கிக்கொண்டான் அவ்வாறு கிடைத்த அறிவுப்பூர்வமான வளங்கள் தகழி சிவசங்கரப் பிள்ளை என்ற கதாசிரியனின் வளர்ச்சிக்கு உரமாக அமைந்தன.

தகழியின் சிறுகதைகள் 1931 முதல் கேசரி வார இதழில் வெளிவர தொடங்கின. ஆத்மாவினடே அட்டகாசம் (ஏப்ரல் 29), விவாக திவசம் (மே 27), அனாத சந்தானங்கள் (ஜூலை 22), முள்ளுகளுக்கு இடையில் பட்ட மலர் (ஆகஸ்டு 5), என்டே சிகில்க்ஷா(அக்டோபர் 7), முதலிய சிறுகதைகள் அந்த வருடத்திலேயே கேசரியில் வெளியிடப்பட்டன. அவ்வாறு தகழி சிவசங்கரப் பிள்ளை மலையாளத்தில் இளம் கதை ஆசிரியர்களுக்கிடையில் கவனிக்கப்பட்டார். சிறிது காலத்திலேயே வெளியிடப்பட்ட 'வெள்ளப்பொக்கத்தில்' என்ற படைப்பு சிறுகதை எழுத்தாளர் என்ற நிலையில் தகழியின் இடத்தை மலையாளத்தில் உறுதி செய்தது. அடிப்படை உள்ள படைப்பாக்க அனுபவமிக்க சிறுகதை எழுத்தாளர் என்ற பெயரை அந்தச் சிறுகதை தகழிக்கு தேடிக் கொடுத்தது. பிற்காலத்தில் அது மலையாளச் சிறுகதையின் மகுடமான படைப்பாக அங்கீகரிக்கப்படவும் செய்தது. தகழி சிவசங்கரப் பிள்ளையின் முதல் சிறுகதைத் தொகுப்பான புதுமலர் 1935 என்ற புத்தகத்தில் உட்படுத்தப்பட்ட படைப்புகளில் ஒன்றே 'வெள்ளப்பொக்கத்தில்'. அந்தப் புத்தகம் வெளிவந்தபோது தகழிக்கு இருபத்தி மூன்று வயதுநிரம்பவில்லை. சிறுகதை எழுத்தில் தனது முத்திரை பதித்த ஒரு எழுத்தாளனின் படைப்பு என்று அங்கீகரிக்கப்பட்டது.

குட்டநாட்டில் வெள்ளப் பெருக்குக் காலத்தில் கண்ணுக்கெட்டிய தூரம் வரை வெள்ளக்காடாக காட்சி அளிக்கும். நீரில் மூழ்கும் நிலையில் இருந்த ஒரு குடிலின் மேல் சில மணி நேரம் அகப்பட்டுப் போன ஒரு நாயின் மனநிலையையும் அதன் பொருத்தமான முடிவையும் அந்தக் கதையில் தகழி காட்சிப்படுத்தி இருந்தார். அன்றைய நிலையில் கதாநாயகனோ நாயகியோ இல்லாமல் வெறும் ஒரு நாட்டு நாயை மையமிட்டு வாழ்வின் ஒரு முக்கியமான நிலையை காட்சிப்படுத்தியும் சிறுகதை எழுதலாம் என்ற சிந்தனையே ஒரு அசாதாரணமானதாக இருந்தது. எதார்த்தம் என்ற பின்னணியில் ஒரு வாழ்வியல் சித்திரத்தை பலவகையான பொருள்கொள்ளும் வாய்ப்புள்ள அசாதாரணமான படைப்பாக மாற்றி இருந்தார் தகழி.

வெள்ளப்பெருக்கு என்ற எதிர்கொள்ள முடியாத இயற்கை சீற்றத்தின் முன் தனது விசுவாசமிக்க நாயை மனிதன் புறக்கணிக்கிறான். அப்போதும் எஜமானோடு ஆத்மார்த்தமான விசுவாசமும் விருப்பமும் நாய் காட்டுகிறது. படைப்பாக்கத்தில் அந்த உறவின் உள்ளோட்டங்கள்

தெளிவாகத் தெரிகின்றன. எஜமானனின் குடிலையும் அதோடு சேர்ந்து கிடக்கும் சொத்துக்களையும் பாதுகாப்பதற்காக நாய் படகில் வந்த திருடர்களின் குத்து பட்டு பிறகு முதலையின் கடிபட்டு நீரில் மூழ்கிப் போனது. நாயினுடைய துன்ப முடிவு குட்டநாட்டுப் பின்னணியிலுள்ள விளிம்புநிலை சமூகங்களின் தலித் வாழ்வியலில் அனுபவிக்கும் வேதனைகளைக் காட்டுவதாகும். இவ்வாறு சமூக யதார்த்தத்தின் சமகால நிலையைச் சித்திரிக்கும் ஒரு களம் வெள்ளபொக்கத்தில் என்ற சிறுகதைக்கு உள்ளது. அதற்குமேல் வெள்ளப்பெருக்கு என்ற இயற்கை சீற்றத்தின் ஆதி வடிவமும் இந்தச் சிறுகதையில் காட்டப்பட்டுள்ளது. அந்தப் பகுதி குறிப்பிட்ட இடம் சார்ந்த பின்னணியில் எழுதப்பட்ட வெள்ளப்பொக்கத்தில் என்ற சிறுகதைக்கு ஒரு உலகத் தரத்தை அளித்தது.

தகழியின் சிறுகதைகளுடைய முதல் தொகுப்பு புதுமலர் என்ற நூலில் வெள்ளப்பொக்கத்தில் என்ற கதை மட்டுமன்றி, அச்சன் ஆரு?, நாளும் பேரும் இல்லாத கத்து, ஒரு சாதாரண தூக்கிக் கொல, கண்ணு குத்தி பொட்டிக்காம், ஸ்தலம் மாற்றம் முதலிய கதைகளும் இருந்தன. அந்தக் கதைகள் தகழிக்கு மலையாளத்தில் முதல்தர சிறுகதை எழுத்தாளன் என்ற அங்கீகாரத்தைத் தேடிக் கொடுத்தன

பிற்காலத்தில் நாவலாசிரியர் என்ற நிலையில் தகழி மிகுந்த புகழ் பெற்றார். எனினும் சிறுகதை எழுத்தாளர் என்ற நிலையில்தான் மலையாள இலக்கிய உலகில் அவர் முதலில் அங்கீகரிக்கப்பட்டார். ரெண்டிடங்கழி என்ற நாவல் தகழிக்கு மலையாள நாவல் படைப்பு அரங்கில் மறுக்க இயலாத ஒரு இடத்தை தேடிக் கொடுத்தது. செம்மீன் வெளியிடப்பட்ட தோடு அவருக்கு மிகுந்த அங்கீகாரங்களும் வாசகர் வட்டமும் கிடைத்தன. அதற்குப் பிறகு உள்ள காலத்தில் ஏகதேசம் 1960-களின் தொடக்கம் முதல் தகழி சிறுகதை எழுத்தை விட நாவல் படைப்பில் கவனம் செலுத்தத் தொடங்கினார்.

500-க்கும் மேற்பட்ட சிறுகதைகளைத் தான் எழுதி உள்ளதாக தகழி கூறியிருக்கிறார். முன்னமே தொகுப்புகளில் புத்தக வடிவில் வெளியிடப்பட்டு வந்தவையும் தொகுக்கப்படாத படைப்புகளும் சேர்த்து தொகுத்த கதைகளின் வெளியிட்ட முழுத் தொகுப்பில் 300 சிறுகதைகள் அடங்கியுள்ளன. இலக்கிய வாழ்வின் தொடக்க காலத்தில் பலகாலம் வழக்கறிஞர் பணி செய்து இருந்தார். எனினும் பிறகு முழுநேர எழுத்தாளராகத் தகழி தன்னை மாற்றிக்கொண்டார். அந்தச் சூழ்நிலையில்

தேவைப்படுபவர்களுக்கெல்லாம் கதைகள் எழுதிக் கொடுக்கவும் குறைவாக இருப்பினும் கிடைக்கின்ற கூலியைப் பெற்றுக் கொள்ளவும் செய்திருந்தார். அவ்வாறு அற்ப வாழ்வு உள்ள மிகச்சிறிய பத்திரிக்கை களுக்கும் நினைவுக்குறிப்புகளுக்கும் எழுதிக்கொடுத்தவைகளாக இருக்க வேண்டும் இன்று கிடைக்காத சிறு கதைகள் பலவும்.

தகழி சிவசங்கரப்பிள்ளையின் சிறுகதைகள் மலையாள இலக்கியம் அதுவரை கடந்து செல்லாத வாழ்வியல் துறைகளையும், மக்கள் பிரிவுகளையும், இடங்களையும் கதை இலக்கியத்தின் மையப்பகுதிக்குக் கொண்டு வந்தன. புதிய உட்பொருட்களையும் உத்திகளையும் சிறுகதை வழியாக அவர் எழுதி வெளியிட்டார். புதிய படைப்பாக்க முறைகளையும் மொழி அமைப்பையும் உருவாக்கினார். ஏறக்குறைய தகழியின் சமகால சிறுகதை எழுத்தாளர்களும் இவ்வாறு செய்து உள்ளனர் எனினும் தகழியின் படைப்புகளுடைய தனித்தன்மையும் அவை ஏற்படுத்திய எதிர் வினைகளும் அவற்றின் அகலமும் விரிந்ததாக இருந்தன.

விளிம்புநிலை மக்களின் வாழ்வையும் வாழ்வியல் பிரச்சனைகளையும் கதைக்கரு ஆக்குவதில் தகழி அதிக ஆர்வம் காட்டினார். தனக்கு மிகவும் அறிமுகமான பழக்கமான குட்டநாட்டு விவசாயத் தொழிலாளிகளான தலித் மக்களின் வாழ்வியலைப் பல சிறுகதைகளில் அவர் சித்திரித்துள்ளார். அவற்றில் எதார்த்தமும் உண்மையும் இணைந்து நடை போடுகின்றன. தகழிக்கு முன், தலித் மக்களுடையவும் பிற்படுத்தப்பட்ட பிரிவினருடையவும் வாழ்வியல், யதார்த்தமான நிலையில் இலக்கியத்தில் முதன்மைப்படுத்தி எழுதப்பட்டிருக்கவில்லை. போத்தேரி குஞ்ஞம்புவின் ‘சரஸ்வதி விஜயம்’ குமாரனாசானின் ‘துரவஸ்தா’, பண்டித் கருப்பனின் சில படைப்புகள் என்பவற்றில் அந்தப் பிரிவினை சார்ந்த கதாபாத்திரங்களும் அவர்களின் வாழ்வியல் பிரச்சினைகளும் உட்பொருளாக எழுதப்பட்டு இருக்கின்றன. எனினும் அவையெல்லாம் கருத்தாக்கம் என்ற நிலைக்குப் புறமே எதார்த்த முறையில் காட்சிப்படுத்தும் படைப்புகளாக மேம்பட்டு இருக்கவில்லை.

சமூகத்தின் அடித் தட்டில் வாழும் மனிதர்களின் வாழ்வும் அதன் உண்மை நிலையும் இலக்கியத்தில் உட்பொருளாகவும் சிக்கலாகச் செய்யவும் முற்பட்டவை தகழியினுடைய கதைகள். ‘ஆஸ்பத்திரியில்’, ‘வெளுத்த குஞ்ஞு’ முதலிய சிறுகதைகளில் இந்த வாழ்வியல்

பின்னணியின் வேதனை நிறைந்த நிலையை உட்பொருளாக ஆக்கியுள்ளார். விவசாயக் கூலிகளான தலித் மக்களுக்கு மருத்துவ உதவி கிடைக்காததையும் இக்கட்டான சூழ்நிலையில் தங்களுடைய எல்லைகளுக்குள் நின்றுகொண்டு தங்களது உடன் வாழ்வோருக்கு வேண்டி அவர்கள் தியாகம் செய்வதின் சித்திரம்தான் ஆஸ்பத்திரியில் என்ற கதையின் கரு. ஒரு தலைப் பிரசவக்காரியின் இரங்கத்தக்க மரணமும் அந்தச் சூழலிலும் அவர்களைச் சுரண்டும் மருத்துவர்களினுடையதும் மருத்துவமனை அலுவலர்களுடையதுமான கெட்ட எண்ணங்களையும் விரிவாகப் படைத்துக் காட்டியுள்ளார்.

சுதந்திரத்திற்கு முன் குட்டநாட்டு தலித் மக்களின் வாழ்வியலைக் காத்திரமாக படைத்த படைப்பு இது. கதியற்ற தலித் இளைஞன் தனது உயிருக்கும் மேலான மனைவியை வேதனை நிறைந்த பிரசவ விபத்தில் இருந்து காப்பாற்ற மிகுந்த பாடு பட்டு மருந்து கொண்டுவந்த போது துரதிர்ஷ்டவசமாக அந்தப் பெண் இறந்து விட்டதால் மருத்துவர்கள் மேல்ஜாதி கர்ப்பிணிக்கு மருந்து கொடுத்த போதும் அதற்கு அந்த இளைஞனின் எதிர்வினை மனிதத்தன்மை மிக்கதாக இருந்ததைக் கவனிக்க முடிகிறது.

'வெளுத்த குஞ்ஞு' என்ற கதையின் கதைப் பொருள் மாறுபட்டதாக இருப்பினும் வாழ்க்கைச் சூழலிலும் பௌதீக சிக்கல்களிலும், ஆஸ்பத்திரியில் என்ற கதையில் உள்ளவற்றிலிருந்து வேறுபட்டவையல்ல. குட்டநாட்டில் வேலைக்கு வந்த வெள்ளைக்காரனால் கர்ப்பம் தரித்த கணவன் உள்ள தலித் பெண்ணின் மன உளைச்சல்கள் அவளின் பிரசவ சமயத்தை மையமிட்டு விளக்கமாக விவரித்துள்ளார். வாழ்வின் ஆழமான உணர்வுச் சிக்கல்களைப் படைப்பாக்கம் செய்வதில் வெளுத்த குஞ்ஞு என்ற சிறுகதை மிகவும் கவனத்தை ஈர்த்தது.

தலித் மக்கள் மட்டுமல்ல சமூகத்தின் பல தட்டுகளில் விளிம்பு நிலையில் இருப்போர் தகழியின் சிறுகதைகளில் மையக் கதாபாத்திரங்களாக வந்திருந்தனர். பிச்சைக்காரர்களும் தெருவில் வசிப்பவர்களுமான மனிதர்களை முன்னிறுத்தி பல சிறுகதைகளைத் தகழி எழுதியுள்ளார். தெருப் பிச்சைக்காரர்கள், வேசிகள், வேசித் தரகர்கள், சிறு திருடர்கள் முதலிய அருவருக்கத்தக்க பிரிவை

சார்ந்தவர்கள் கதாபாத்திரங்களாக வரும் கதைகளை மிக அதிகமாக மலையாளத்தில் எழுதியவர் தகழி சிவசங்கரப்பிள்ளையாகத்தான் இருப்பார். அவர்களும் சாதாரண மனிதர்கள்தான் என்றும் சாதாரண மனிதர்களிடம் உள்ள உணர்வுகள், மனித உறவுகள் போன்றவை அவர்களிடமும் இருக்கின்றன என்றும் அந்த வாழ்வியல் சித்திரங்கள் வழி தகழி நினைவுபடுத்துகிறார். அது மட்டுமன்றி அவர்கள் எவ்வாறு அப்படியான ஒரு வாழ்வில் போய் வீழ்ந்தனர் என்றும் பல கதைகளில் விளக்கியுள்ளார். அவர்களது வாழ்க்கை அவ்வாறு ஆனதற்கான காரணமாக அவர்களை நிராகரிக்கும் புற உலகமும் பங்காற்றியுள்ளது என்ற உண்மையைக் கதைகளில் விளக்கி உள்ளார். சமூகம் கண்டும் காணவில்லை என்று நடிக்கின்ற, காண்பதற்கும் அறிவதற்கும் விரும்பாத சமூக அவலங்களின் முகங்களாக இருக்கும் அந்தப் பிரிவில் பட்ட சிறுகதைகள் வழி யதார்த்தம் என்று தோன்றும் படைப்புகளாக தகழி படைத்துள்ளார். 'ஒரு கணக்கு தீர்க்கல்', 'அவன்டே சம்பாத்தியம்', 'பஸ் ஸ்டாண்ட் வரை', 'கள்ளன்டே மகன்', 'கண்ணு குத்தி பொட்டிக்காம்' முதலிய பல கதைகள் இந்தத் தனித்த வாழ்வியல் பின்னணியிலிருந்து எடுக்கப்பட்ட கதைக்கருவைக் கொண்டவையாகும். சிறுகதைகளில் தகழி எழுதிய இந்த வாழ்வியல் கூறுகள் மலையாளியின் இலக்கிய கற்பனைகளைக் கேள்விக்குள்ளாக்கின. விரும்பத்தகாத சமூக யதார்த்தங்களை 'தோட்டியின் மகன்', 'தெண்டி வர்க்கம்', 'ரெண்டிடங்கழி' முதலிய நாவல்களின் ஊடாக ஆழத்தில் இறங்கிப் படைத்தமையால் வாசக சமூகத்தில் ஆழமான முத்திரை பதிக்க இயன்றது.

அதுபோன்ற உட்பொருட்களை ஆதாரமாகக்கொண்டு சிறுகதைகளில் மனித உணர்வுகளையும் மனித சூழ்நிலைகளையும் அதன் உண்மையான நிலையையும் இயல்பான பின்னணியோடு இணைத்து தகழி படைத்துக் காட்டினார். அந்த உலகத்தையும் அவர்களுடைய வாழ்வையும் சமூகத்தின் மேல்தட்டில் வாழும் மக்களின் உலகுக்கு எதிராகக் கலகம் செய்வதாக இருந்தன தகழியின் படைப்புகள். உயர்சாதி இளைஞர்களின் மேம்பட்ட சூழ்நிலையிலான காதலுக்கு எதிராக விளிம்பு நிலை மக்களின் ஆண்-பெண் உறவுகளைப் படைத்து சமூக முரண்களின் ஆழத்தைக் காட்டுவதாகத் தகழியின் படைப்புகள் அமைந்தன.

தகழியின் கதை உலகத்தில் விளிம்பு நிலை மக்களின் வாழ்வியலும் தலித்துகளினுடையவும் பிற்படுத்தப்பட்டவர்களினுடையதும் ஆதரவற்றுத்

தெருவில் வசிப்பவர்களுடையதும் மட்டுமல்லாமல் சமூக அமைப்பில் வந்த மாற்றங்கள் காரணமாகப் பொது வெளியில் இருந்து விலக்கி நிறுத்தப்பட்ட, வாழ்வாதாரத்திற்கே திண்டாடும் பலதரப்பட்ட மனிதர்களையும் அவரது கதையில் காணலாம். ஒரே சமுதாயத்தைச் சேர்ந்த ஆனால் பணக்காரர்களும் நிலச்சுவான்தார்களுமான ஆட்களால் சுரண்டப்பட்ட, வாழ வழியற்ற மனிதர்களின் கதைகள் பல தகழியின் படைப்புகளில் உள்ளன. தகழி சிவசங்கரப் பிள்ளை என்ற எழுத்தாளனின் படைப்பாக்கத் திறன் வளர்ச்சியுற்ற காலம் என்பது கேரள சமூகத்தில் பெரும் மாற்றங்கள் ஏற்பட்ட காலமாகும். அவர் நேரடியாக அறிந்ததும் அனுபவித்ததுமான பல சமூக உண்மைகள் உள்ளன. அதில் முக்கியமானது நாயர் சமுதாயத்தில் ஆளுக்கொருபாகம் (குடும்ப சொத்துக்களைப் பாகப் பிரிவு செய்யும்போது ஒவ்வொரு அங்கத்தினருக்கும் ஒரு பங்கு கிடைக்கும் ஒரு முறை. இந்த முறை நடைமுறைக்கு வருவதற்கு முன்பு ஒரு குடும்பத்திற்கு ஒரு பங்கு என்றிருந்தது.) என்ற பாகப்பிரிவைத் தொடர்ந்து ஏற்பட்ட மாற்றங்கள் பொருளாதார முறையிலும் சமூகப் படி நிலைகளிலும் மனித உறவுகளிலும் பெரிய சலனங்களையும் தாக்கங்களையும் ஏற்படுத்திய மாற்றமாக இருந்தது. ஆளுக்கொருபாகம் நடந்ததற்குப் பிறகு உருவான வேலை இல்லாதவர்களும், மிகக்குறைந்த அளவு நிலம் உடையவர்களும் பல வேளைகளில் அதையும் இழந்தவர்களுமான ஆதரவற்றவர்களுடைய கதைகள் பல உள்ளன. ஒரு கோணத்தில் அவர்களும் விளிம்புநிலை மக்களே. 'ஒரு குட்டநாடன் கதா', 'ஆளோகரி பாகத்தினு சேஷம்', 'குடி இறக்கு', 'பாரம்பரியம்', 'பாகம்' முதலிய சிறுகதைகள் இந்த வாழ்க்கை சூழல்களின் மாறுபட்ட சித்திரங்களைக் காட்டுகின்றன. இதுபோன்ற சூழ்நிலைகளில் போராட்டங்களுக்கும் கலவரங்களுக்கும் மட்டுமல்ல, மனித உறவுகளில் அது ஏற்படுத்தும் மாற்றங்களிலும் தகழி கவனம் செலுத்தியுள்ளார். முற்போக்கு இலக்கிய இயக்கத்தின் முன்னோடியாக இருந்த எழுத்தாளரான தகழியின் மார்க்சியப் பார்வைகளும் சமூக விமர்சனங்களும் அவருடைய பல சிறுகதைகளிலும் காணக் கிடைக்கின்றன. 1930-களிலும் 40-களிலும் இடதுசாரி அரசியலின் பின்னனிகளை வெளிப்படுத்தும் பல கதைகளைத் தகழி அக்காலங்களில் எழுதியுள்ளார். 'இன்குலாப்' என்ற கதைத் தொகுப்பில் பெரும்பாலான கதைகள் இந்தக் கண்ணோட்டங்களை வெளிப்படுத்துவனவாகும். அரசியல் விமர்சனத்துக்குரிய இதுபோன்ற ஒரு அணுகுமுறையை

வெளிப்படுத்தும் வகையிலான தேசிய அரசியலைத் தகழி தனது கதைகளில் இடம்பெறச் செய்துள்ளார். 'மகாத்மா காந்தியின் அந்தியம்', 'சரமரங்கம்', 'சரித்திர சத்தியங்கள்' முதலிய சிறுகதைகள் இதற்கு உதாரணங்களாகும்.

தகழியின் சிறுகதைகளுடைய மற்றொரு சிறப்பு அது அன்றைய காலத்தில் இலக்கிய உலகம் பேசு பொருளாகக் கொள்வதற்கு கூச்சப்பட்டுக் கொண்டிருந்த பாலியல், பண்பாட்டு ஒழுக்கமின்மைகள் போன்றவற்றைத் தனது சிறுகதைகளில் வெளிப்படையாகப் படைத்தார் என்பதாகும். வாழ்வின் மிகுந்த உந்துசக்தியான காம உணர்வின் பலவகையான வெளிப்பாடுகள் மனித உறவுகளில் எவ்வாறு செயல்படுகின்றன என்பதைத் தகழி எப்போதும் சிந்தித்திருந்தார். அது போன்ற காரியங்களைத் தனது சிறுகதைகளின் உள்ளே வைத்து சிக்கலான படைப்புகள் செய்வதை தகழியில் பல படைப்புகளில் காணலாம்.. திருமணமாகாதவர்களையும் மணவாழ்வில் இருந்து விலகியவர்களையும் காம உணர்வுகளைப் பண்பாட்டு காவலாளர் என்ற போர்வைக்குள் வைத்து மறைவாக நடந்து இருந்த பல முகங்களையும் தகழி வெளிச்சம் போட்டுக் காட்டுகிறார். தொடக்ககால சிறுகதைகள் பலவற்றில் இது போன்ற கருத்துக்களைக் காண முடிகிறது. 'ஸ்தலம் மாற்றம்', 'அவருடெ சமுதாய சேவனம்' முதலிய கதைகள் இந்தச் சிறப்புப் பெற்றவையாகும். அது போன்ற வாழ்வியல் தருணங்களைப் படைப்பதில் சமூக விமர்சனத்தின் தளமும் உளவியல் அணுகுமுறையும் கலந்திருந்தன.

ஆண் பெண் உறவுகளின் மாறுபட்ட பல வடிவங்களையும் அதன் உள்ளே செயல்படும் காம உணர்வுகளின் உள்ளோட்டங்களையும் வெளிக்காட்டுவதாக அவர் எழுதியுள்ளார். தாம்பத்திய வாழ்வின் உள்ளேயும் வெளியேயும் பாலியல் ரீதியாக மனநிறைவடையாத, இயல்பாக வெளியில் வரும் பாலியல் உணர்வுகளும் வாழ்விலும் மனித உறவிலும் ஏற்படும் பல பிரச்சனைகளைச் சிறுகதைகள் மூலம் தகழி எழுதியுள்ளார். அவற்றில் பல பிராய்டின் உளவியல் கோட்பாட்டின் உள் அனுபவத்தை வெளிக்காட்டுவதாக அமைந்துள்ளன. மனிதனின் எந்த வயதிலும் அடங்காமல் கிடக்கும் லிபிடோவைக் குறித்து எழுதியுள்ள கதைகளும் உள்ளன. 'குருடன்டே சாரி தார்த்தியம்', 'ஒரு கணக்கு தீர்க்கல்', 'பழந் துணி கஷ்ணம்', 'பெண்மக்கள் பிரசவிக்கான்

வையா' முதலிய பல சிறுகதைகளிலும் இந்தக் காரியங்களைத் தகழி சிக்கலாக்கம் செய்துள்ளார்.

அதிகாரத்தோடும் பணத்தோடும் மனிதர்களுக்கு இருக்கும் பேராசையைச் சில சிறுகதைகள் கதைக்கரு ஆக்கியுள்ளன. தகழியின் விருப்பமான கதைக் கருப்பொருட்களில் ஒன்று மண்ணுக்கும் மனிதனுக்கும் இருக்கும் உறவாகும். அதன் பிற தளங்களுக்குக் கடந்து போகும் போது பேராசை பிடித்தவர்களுடையதும் அதிகார ஆசை உடையவர்களுடையதுமான உண்மை முகம் வெளிப்படுகிறது. குட்ட நாட்டின் விவசாய வாழ்வின் பின்னணியில் எழுதப்பட்ட பல சிறுகதைகள் இப்பிரிவில் அடங்கும். தனிமனித மையம் கொண்ட, பணப் பேராசை கொண்ட கிராமிய சித்திரம் கொண்டதாக அமைகிறது சிட்டிக்காரி கொச்சு நானி என்ற சிறுகதை. மரணத்திற்கு முன்னால் நிற்கும்போதும் அதுபோன்ற ஆசைகள் தோன்றுவதன் மனப்பதிவுகளை 'மரணா நந்தரம்' என்ற சிறுகதை விளக்குகிறது.

மலையாளச் சிறுகதையின் இயல்பிலிருந்து வேறுபட்ட ஒரு எழுத்துமுறையை, நாணய சாலையிலிருந்து வெளி வந்தது முதல் சமூகத்தில் பலருடைய கைரேகை மாறி வாழ்க்கைச் சக்கரத்தை நிறைவு செய்யும் ஒரு வெள்ளி நாணயத்தின் கதையைச் சொல்லும் 'ஆ நாணையம்' என்ற கதையில் காணலாம். தகழியின் சமூகப் பார்வையை உருவகப்படுத்தும் முறையை இதில் காணமுடியும். கைரேகை ஜோசியக் காரனின் கூட்டில் அடைக்கப்பட்டிருக்கும் கிளியின் விடுதலையைக் குறித்த கதையைக் கூறும் 'விமோசனம்' இது போன்றே வேறுபட்ட படைப்பாகும். வேர்கள் இல்லாது தனிமைப்பட்டு போன மனிதன் அனுபவிக்கும் மன உளைச்சல்கள் 'பட்டாளக்காரன்' என்ற கதையில் உள்ளன. சமூகத்தால் நிராகரிக்கப்பட்ட ஒருவன் எதிர்பாராமல் மனித உறவுகளின் மதிப்பைப் புரிந்து கொள்கிறான். ஆனால் நிரந்தரமாக அதை அனுபவிக்க அவனால் இயலவில்லை.

தகழியின் சிறுகதைகளில் பல குட்டநாட்டைப் பின்னணியாகக் கொண்டவை ஆகும். அம்பலப்புழையும் ஆலப்புழை பட்டினமும் திருவனந்தபுரம் நகரமும் சில கதைகளில் பின்னணியாக வருகின்றன. எனினும் கூட ஒப்பிட்டுப் பார்க்கும்போது கதைப் பின்னணியில் வயலும் ஆறுகளும் காயல்களும் தென்னந்தோப்புகளும் அங்கு உள்ள சாதாரண

மக்களும் வாழும் கிராமங்கள்தான் கூடுதலாக உள்ளன. அது குட்டநாட்டின் பண்பாட்டு அடையாளங்களை வெளிப்படுத்துகின்றன. நாவல்களில் இவை அதிகமாக பேசப்படுகின்றன. கிராமியக் கதைகளும் அந்த இடங்களுக்கு உரிய தொன்மங்களும் சேர்ந்து ஒரு பழமையான இறந்தகாலத்தை காட்டுகின்றன. இவையெல்லாம் சேர்ந்து தகழிக்கு அந்த நாட்டின் அடையாளத்தை தேடி தந்துள்ளன என்பது சிறப்பம்சமாகும்.

பல சிறுகதைகளிலும் இடத்தை மையப்படுத்தி தகழி தான் சொல்லவேண்டிய வாழ்க்கைகளின் உலகத்தைத் தெளிவுபடுத்துகிறார். வாழ்வியல் கதைகளை வெளிப்படையாகக் கூறும்போது இயல்பாகக் கொடுக்கப்படும் இடப் பின்னணி மட்டுமல்ல கதைகளில் வரும் இடங்கள். அவற்றில் பல அடிப்படையான கதைக்கருவோடு தன்னை இணைத்துக் கொண்டு முன்னேறுபவையாகும். ‘வெள்ளப்பொக்கத்தில்’, ‘கிருஷிக்காரன்’ முதலிய பல கதைகளில் இவற்றைக் காணலாம். அதற்கு மேல் இடம் என்று கூறின் பலதர பரிமாணங்களைக் தகழியின் சிறுகதைகளில் காணலாம். மண்ணுக்கும் மனிதனுக்கும் இடையிலுள்ள உறவை அடிப்படையாகக் கொண்ட படைப்புகளில் அது இயல்பாக வந்துள்ளது. அதனால் சிறுகதையில் இடம் அதிகாரத்தினுடையதும் அதற்கு எதிரான போராட்டங்களினுடையதுமான அரசியல் பின்னனியைக் காட்டுவதாக இருப்பதை இந்தப் படைப்புகளில் காண இயலும். ஜமீன்தாரின் இலவசத்தில் பூமியில் வேலை செய்கின்றவர்களும் அங்கு தங்கி இருப்பவர்களும் ஜமீன்தாரின் கட்டளைக்கு ஏற்ப அங்கிருந்து இறங்க வேண்டி வருபவர்களுமான மனிதர்கள் சுய தொழிலிலும் தான் குடியிருக்கும் இடத்திலும் சுய முடிவு எடுக்கும் உரிமை பெற்றவர்களாக மாறிய அரசியல் பரிணாமத்தின் இடமும் இக்கதைகளில் இடம் பெற்றுள்ளதைக் காணமுடிகின்றது. நாவல்களில் ஆழமாகவும் சிறப்பாகவும் காணப்படும் இந்த அம்சம் சிறுகதைகளில் தான் முதலில் அடையாளப்பட்டது. தகழியின் புனைவுகளில் இந்த தேச அடையாளங்கள் உண்மையான இடங்களுடைய புவியியல் மற்றும் கலாச்சார காரணிகளைப் புனைவினுள் கொண்டு வருவதன் மூலம் கதையின் அடிப்படையான உருவத்தில் பெரும் முக்கியத்துவத்தைப் பெற்றது. காலத்தின் மனித இருப்பையும் அரசியல் எதார்த்தங்களையும் புனைவு நிலையில் மேம்படுத்த இந்தக் காரணி பயன்பட்டுள்ளது.

குட்ட நாட்டின் வேளாண் வாழ்வே தகழியின் இலக்கிய உலகத்தின் அடிப்படை என்று கூறினோம், அல்லவா? அதற்குச் சில தனித்தன்மைகளும் வாழ்வியல் முறைகளும் மதிப்பீடுகளும் இருந்தன. பிற்காலத்தில் வேளாண்மையும் பிற தொழில்கள் போல பணம் ஈட்டுவதற்கான ஒரு செயலாக மாறியதன் அடிப்படை மதிப்பீடுகளும் வேளாண்மையோடு தொடர்புள்ள வாழ்வியல் முறைகளும் மாறின. உண்மையில் அது குட்டநட்டு கிராமிய வாழ்வில் ஏற்படுத்திய மாற்றத்தையே காட்சிப்படுத்தியது. அந்த அம்சத்தை முன் நிறுத்தி வாழ்வியல் முறைகளிலும் மனித உறவுகளிலும் ஏற்படுத்துகின்ற விரிசல்களின் கதைகளைத் தகழி நிறைய எழுதியுள்ளார். ‘தகசில்தாருடே அச்சன்’, ‘க்ருஷிகாரன்’ முதலிய சிறுகதைகளில் அந்த மாற்றம் தனி மனிதர்களில் ஏற்படுத்திய மன உளைச்சல்களின் காத்திரமான வெளியீடாக உள்ளன. நாட்டுப்புற விவசாயி வயலில் வேலை செய்து தனது ஒரே மகனைப் படிக்கவைத்து வேலை வாங்கித் தருகிறான். முன்பே மனைவி இறந்து போன அந்த விவசாயினுடைய வாழ்வே மகனுடைய மேம்பாட்டை இலக்காகக் கொண்டிருந்தது. அதிகாரியான மகன் வேறொரு உயர் அதிகாரியின் மகளைத் திருமணம் செய்கிறான். அவர்களோடு வாழவேண்டி வரும் வயதான விவசாயியின் பிரச்சனைகளையும் மனைவிக்கும் தகப்பனுக்கும் இடையில் அகப்பட்டு மூச்சு முட்டும் மகனுடைய மன வருத்தங்களையும் ‘தகசில்தாருடே அச்சன்’ என்ற கதையில் காணலாம். வேளாண் பண்பாட்டில் வாழ்ந்த தந்தையும் நாகரிக கலாச்சாரத்தில் வாழ்ந்த மருமகளும் இரண்டு உலகங்களில் வாழ்கின்றனர். அதன் போராட்டங்களை ‘தகசில்தாருடே அச்சன்’ என்ற சிறுகதையில் தகழி படைத்துள்ளார். தனது வட்டாரம் எவ்வாறு வாழ்கிறது என்பது தகழியின் ஒரு சிந்தனைக்களமாக இருந்தது. 1958-இல் தகழி ஒரு தொடர்கதையை மாத்ருபூமி வார இதழில் எழுதினார். ‘நாட்டின்புறம் கதைகளிலூடே’ என்பதாக இருந்தது அந்த தொடர்கதையின் பொதுத்தலைப்பு. 1958 ஜூலை 6 முதல் அந்தக் கதைகள் வெளியிடப் பட்டன. ‘ஒரு பெண்ணு காணல்’ என்பதுவே முதல் கதை. அடுத்த வாரம் வெளியிடப்பட்ட கதை தான் பிற்காலத்தில் பெரிய விவாதங்களை ஏற்படுத்திய ‘கிருஷிக்காரன்’, ‘ஒரு இடபாடு’, ‘ரத்தத்தினு கட்டியுண்டு’, ‘முகத்து கரி தேச்சு’, ‘ஷேத்திரத்திலே சிறப்பு’, ‘குடி இறக்கு’, ‘ஒரு ஜீவிதம்’, ‘விவாக மோஜனம்’, ‘சிட்டிக் காரி கொச்சு நானி’ முதலிய பத்துக் கதைகள் தான் அந்தத் தொடரில் வந்தவை. அவற்றில்

கதாபாத்திரங்களுக்கு முக்கியத்துவம் அளிக்கும் கதைகளும் உள்ளன. சமூகப் பிரச்சனைகளை மையமாக அமைந்தவையும் உள்ளன.

அன்றைய சமூகச் சூழ்நிலையில் மிகவும் துன்பம் அனுபவித்த பெண்களின் வாழ்வைக் காட்டும் பல கதைகளைத் தகழி எழுதியுள்ளார். பொருளாதார நிலையில் ஏற்பட்ட மாற்றம் சமூக வாழ்வில் ஏற்பட்ட மாற்றம் மனித உறவுகளில் வந்த மாற்றம் இவற்றின் பின்னணியில் துன்பம் அனுபவிக்கும் அதே வேளையில் அதைத் தாண்டி வரும் திறன் பெற்றவர்களுமான பல கதாபாத்திரங்கள் அவர் கதைகளில் உள்ளனர். அவர்களில் பலர் சுரண்டலுக்கு இரையானவர்கள், பாலியல் கொடுமைகளுக்கும் இரையாகின்றனர். சிலநேரங்களில் தங்களுக்குள் ஏற்படும் உணர்வுகளுக்கு அடிமைப்பட்டு போனவர்களும் உள்ளனர். வயதாகியும் கூட இது போன்ற உணர்வுகள் அவர்களிடம் செயல் படுகின்றன. அதோடு தான் பெண் என்ற நிலையில் தற்பாதுகாப்பினுடையதும் தியாகத்தினுடையதுமான முகங்கள் பல கதைகளில் வெளிப்படுகின்றன.

படைப்புப் புதுமைகளின் பலவகையான வழிகளில் தகழி சிவசங்கரப்பிள்ளையின் கதைகள் செல்கின்றன. அவருடைய தொடக்ககாலக் கதைகள் ஐரோப்பிய சிறுகதை இலக்கியத்தின் தாக்கம் பெற்றவையாக இருந்தன. மாபசானின் சிறுகதைகள் வல்சாக்கின் நாவல்கள் பிற கதைகளினுடையவற்றின் தாக்கம் தொடக்கத்தில் தகழியின் கதைகளில் இருந்தன. 'சந்திரிகையில்' என்ற சிறுகதையில் மாபசானின் அதே பேரில் உள்ள கதையின் தாக்கம் வெளிப்படையாகவே தெரிந்தது. ஆனால் அதன்பிறகு அது போன்ற தாக்கங்களை எடுத்தெறிந்து விட்டு தனக்கேயான முத்திரையைப் பதித்த படைப்புகளை உருவாக்கவும் காலா காலங்களில் அதை மாற்றி அமைக்கவும் அவரால் இயன்றது.

நாவல்களும் சிறுகதைகளும் எல்லாம் வாழ்விலிருந்து பறித்தெடுத்த ஏடுகளாக இருக்க வேண்டும் என்ற எண்ணம் தகழியினுடையதும் சமகால எழுத்தாளர்களினுடையதுமான எழுத்துக்களில் தொடக்க காலங்களில் இருந்தன. அவற்றில் பொதுவாகக் காணப்பட்ட காட்சிப்படுத்தல்கள் இது ஒரு கதை என்ற எண்ணத்தை உருவாக்கும் முறையிலான புனைவு உத்தியை கையாளும் தன்மையை தகழி ஏற்கனவே பயன்படுத்தியிருந்தார். சிறுகதைகளின் தலைப்பிலும்

தொடக்கத்திலும் அதுபோன்ற புனைவு உத்திகளைப் பயன்படுத்திக் கொண்டு தான் எழுதும் எதார்த்தத்திற்குக் கதை சொல்லலில் மேற்பூச்சைக் கொடுக்க தகழி முயன்றிருந்தார். இது அவருடைய சமகால எழுத்தாளர்களின் கதை சொல்லல் முறையில் இருந்து தகழியை வேறுபடுத்திக் காட்டியது.

கதை சொல்லி ஒரு கதை சொல்லுகிறார் என்று தொடங்கும் பல கதைகள் தகழியின் கதை உலகில் உள்ளன. தலைப்பில் கதை என்று வரும் படைப்புகள் பல உள்ளன. 'அஸ்தி கூடத்தின்டே கதா', 'கல்யாணியுடே கதா', 'மாத்தன்டே கதா', 'ஒரு குட்டநாடன் கதை', 'ஒரு பிரேம கதா' (இந்த பெயரில் மூன்று கதைகள் உள்ளன), 'பொன்னுவின்டே கதா', 'ஒரு விவாக பந்ததின்டே கதா', 'கொதியுடே கதா', 'அம்மனியுடே கதா', 'ஒரு அமலியுடே கதா', 'ஒரு கெட்டு தாலியுடே கதா', 'ஒரு நியம லெங்கனத்தின்டே கதா', 'நொண்டியுடே கதா', 'தகர்ச்சயுடே கதா', 'கமலத்தினு ஒரு கதா' என்று இவ்வாறு போகின்றன அந்த தலைப்புகள். தகழியின் சமகால எழுத்தாளர்கள் இவ்வாறு தங்களுடைய புனைவுகளுக்குக் கதைகள் என்று பெயர் வைத்தவர்கள் இல்லை. அவர்கள் பெரும்பாலும் கதையின் எதார்த்தத்தை இது கதையல்ல வாழ்வின் அப்பட்டமான ஒரு பகுதி என்று எடுத்து காட்டுவதாகக் கூறுவதற்கு முயன்றுள்ளனர்.

சிறுகதை உலகில் தீவிரமாகச் செயல்பட்ட தொடக்ககாலத்தில் தகழி மேற்கத்திய மாதிரிகளில் உள்ள சிறுகதைகளைப் பின்தொடர முயன்று இருந்தார். நாடகத்தனமான தொடக்கமும் முறையான உணர்வு வளர்ச்சியும் கதை முடிவும் எல்லாம் வெளிப்படையாக அக்கதைகளில் இருந்தன. பலவேளைகளில் சிறுகதையின் வடிவத்தில் அடங்காத மிகப்பெரிய வாழ்வியலைக் கூட வடித்து எடுத்து சிறுகதைக்குள் கொண்டுவருவதில் தகழி வெற்றி அடைந்து இருந்தார். ஒரு ஆணுடையதும் பெண்ணுடையதுமான இளமை முதல் வயோதிகம் வரையிலான நீண்ட வாழ்வை ஒரு சிறுகதை ஆக்கி மாற்றிய 'மாஞ்சுவட்டில்' என்ற கதை இதற்கு உதாரணமாகும். புகழ்பெற்ற சிறுகதை எழுத்தாளரும் நகைச்சுவை இலக்கியவாதியான ஈ.வி. கிருஷ்ண பிள்ளையின் பத்திரிக்கையான 1936-இல் தொடங்கிய மலையாள மனோரமா வார இதழில் அந்தச் சிறுகதை பிரசுரிக்கப்பட்டு வந்தபோது

அது மிகுந்த கவனத்தை ஈர்த்தது. அந்தக் கதை எழுதியதைப் பற்றி தகழி இவ்வாறு நினைவு கூறுகிறார். 'ஈ.வி. கிருஷ்ணபிள்ளை மனோரமா வார இதழின் பொறுப்பேற்ற காலம் அது. ஈ.வி. எனக்கு அண்ணனைப் போன்றவர். மனோரமாவுக்கு ஒரு கதை எழுதித் தரவேண்டும் என்று அவர் என்னோடு சற்று கடுமையாகக் கேட்டுக்கொண்டார். உடனடியாக நான் மாஞ்சுவட்டில் என்ற கதையை எழுதி அனுப்பி வைத்தேன். 4, 5 நாட்களுக்குள் மறக்கமுடியாத மாமன் மாப்பிள்ளையின் (மலையாள மனோரமாவின் அதிபர்) கைப்பட எழுதிய ஒரு கடிதம் எனக்கு கிடைத்தது. மனம் திறந்து பாராட்டி உற்சாகப்படுத்தி எழுதப்பட்ட ஒரு கடிதம் அது. அந்தக் கடிதம் என்னை உண்மையில் ஊக்கப்படுத்தியது. அடுத்த நாளே 125 ரூபாய்க்கான காசோலை கிடைத்த போதுதான் கதை எழுதுவதை ஒரு வாழ்வாதாரமாக, தொழிலாக மேற்கொள்ளலாம் என்று தோன்றியது. அன்றைய 125 ரூபாய்..! ஆயிரம் தேங்காய்க்கு 13 ரூபாய் மட்டுமே விலையுள்ள காலம் அது'.

பிற்காலத்தில் 'கயிறு' என்ற நாவல் எழுதியபோது இந்திய முறை என்றோ இன்னும் குறிப்பாக சொல்வதானால் கேரளிய முறை என்றோ அழைக்கும்படியான ஒரு படைப்பாக்க மரபைத் தகழி சிவசங்கரப்பிள்ளை உருவாக்கினார். அதற்கான பரிணாம வழிகளை அவர் சிறுகதைகள் வழி கண்டடைந்தார் என்பதை அறியலாம்.

தகழி ஒரே நேரத்தில் முற்போக்காளராகவும் எச்சரிக்கையுடைய மரபுவாதியாகவும் இருந்தார். அவருடைய அங்கீகரிக்கப்பட்ட சிறு கதைகளிலும் நாவல்களிலும் எல்லாம் இந்த இரண்டு அணுகுமுறைகளும் வருகின்றன. உட்கருத்துக்களிலும் படைப்பாக்க உத்திகளிலும் இந்த வேற்றுமைத் தன்மைகளின் கலப்பைக் காணலாம். சமூக மாற்றங்களினுடையதும் அரசியல் மேம்பாடுகளினுடையதுமான ஒரு காலகட்டத்தில் இருந்து அந்த மாற்றங்களுக்கு ஊக்கமளிக்கும் முறையிலும் அந்த மாற்றங்களை ஏற்பதுமான கதைகள் பல அவர் எழுதியுள்ளார். அந்த மாற்றங்களின் வெள்ளப்பெருக்கில் மனிதர்களின் பரம்பரையான சில அடிப்படை மதிப்பீடுகள் அடிபட்டுப் போவதை பார்த்த போது அதை எடுத்துக் கூறவும் அதை விமர்சிக்கவும் தகழி தயங்கவில்லை. தகழியின் படைப்புகளில் எல்லாம் உண்மையின் தீவிரம் இருந்ததோடு மட்டுமல்லாமல் விரும்பத்தகாத உண்மைகளும் கசப்பும் கலந்திருந்தன. கதைக் கருவில் மட்டுமல்ல படைப்பாக்க உத்தியிலும்

அதற்கேற்ற அமைப்புகளையும் குறிப்பாகக் காணலாம். கதை சொல்லலில் இருந்த நாட்டுப்புற மரபை மறு ஆக்கம் செய்து தகழி இந்தக் கதை சொல்லும் மரபை உருவாக்கினார்.

தகழி சிவசங்கரப்பள்ளை என்ற சிறுகதை எழுத்தாளர் மலையாள இலக்கிய உலகத்தில் அடையாளப்படுத்திய கதைகள் வெளியிடப்பட்டது இருபதாம் நூற்றாண்டில் இடைக்காலங்களில் ஆகும். இன்று அந்தக் காலத்தைப் பார்க்கும்போது தகழி மலையாள சிறுகதை எழுத்தில் ஒரு மிகப்பெரிய மாற்றத்தை ஏற்படுத்தினார் என்பதைக் காண முடிகிறது. வாழ்க்கையோடு உண்மையாக எதிர்வினையாற்றும் எழுத்தாளன் தன்னைச் சுற்றி நடக்கும் ஒவ்வொரு நிகழ்வும் அந்நியமானதோ தேவையற்றதோ அல்ல என்ற அடிப்படையான உண்மையை உள்வாங்கி அதை தமது புனைவில் மறுஆக்கம் செய்யவும் செய்துள்ளார். கலை இலக்கியத்தில் மட்டுமல்ல கேரளத்தில் சாதாரண மனிதர்களின் வாழ்விலும் பெரிய மாற்றங்களை ஏற்படுத்தத் தகுதியுள்ள படைப்புகளாக அவை இருந்தன. அந்த முயற்சியின் பகுதியாக மலையாளத்திற்குக் கிடைத்த பொருளுள்ள புனைவுகள் இலக்கியம் மட்டுமல்ல வரலாறும் சேர்ந்ததாகும். அவை மனித அனுபவங்களின் சிறுசிறு பகுதிகளாகப் படைக்கப்பட்ட வரலாற்றின் உணர்வார்ந்த ஆவணமாகும்.

3. தகழியின் நாவல்கள்

இலக்கிய வாழ்வின் தொடக்க காலத்தில் சிறுகதை எழுத்தாளர் என்ற நிலையில்தான் தகழி சிவசங்கரப்பிள்ளைக்கு அங்கீகாரம் கிடைத்தது. புத்தக வடிவில் வெளிவந்த தகழியின் முதல் நூல் ‘தியாகத்தினுடெ பிரதிபலம்’ (1934) என்னும் நாவலாகும். இறுதியில் வெளிவந்த அவரது நாவல் ‘ஒரு எரிஞ்ஞுடங்கல்’ (1990) ஆகும். இதற்கிடையில் அவர் எழுதிய நாவல்களில் புகழ்பெற்றவையும் சாதாரணமானவையும் எனப் பல நாவல்கள் உள்ளன. மலையாள இலக்கிய வரலாற்றில் மிக முக்கியமான நாவல்களும் கவனிக்கப்படாத நாவல்களும் தகழி எழுதிய நாவல்களுள் அடங்கும். மலையாள நாவல் உலகில் இன்றியமையாத ஒரு இடத்தை தகழி சிவசங்கரப்பிள்ளை பெற்றது அவரது தோட்டியின் மகன் (1947) ரெண்டிடங்கழி (1948) ஆகிய நாவல்கள் வெளிவந்தபோதுதான். மலையாள நாவல் இலக்கிய வரலாற்றில் நாழிகை கற்களாக மாறிய நூல்களாகும் அவை. தகழியின் மிகப்பெரிய கொடையாக அங்கீகாரம் பெற்ற ஐந்து நாவல்கள் உள்ளன. அவை தோட்டியின் மகன், ரெண்டிடங்கழி, செம்மீன், ஏணிப்படிகள், கயிறு என்பவையாகும். இந்த நாவல்களைக் குறித்து சிறப்பாக ஆய்வு செய்வதற்கு முன்பு தகழியின் பிற நாவல்களைக் குறித்து சுருக்கமாக விமர்சனம் செய்வது நலம்.

திருவனந்தபுரத்தில் ப்லீடர்ஷிப் தேர்வுக்குப் படித்துக் கொண்டிருந்த காலத்தில்தான் தியாகத்தின்டே பிரதிபலம் என்ற நாவலை முதலில் எழுதினார். பிற்காலத்தில் நாவல் எழுதுவதில் தகழி செய்த சிறப்பு முயற்சிகளுக்கான சுவடுகள் அந்த நாவலில் எதுவுமில்லை. ஆனால் அக்காலத்தில் வெளிவந்து கொண்டிருந்த நாவல்களிலிருந்து உட்பொருளில் அந்த நாவல் ஒரு புதுமையை செய்திருந்தது. சமூகத்தின் பொய்யான ஒழுக்க முறைகளையும் சீர்கேடுகளையும் அந்நாவலின் உட்பொருள் கேள்விக்கு உள்ளாக்கி உள்ளது.

திருவனந்தபுரம் நகரத்தில் ஒரு மாணவனாக வந்து சேர்ந்த காலத்தில் தகழி சிவசங்கரப் பிள்ளை தங்கியிருந்தது ஒரு கிராமச் சூழல் உள்ள நந்தன்கோடு என்ற இடத்தில் ஆகும். அங்கு அவர் பார்த்த நெல் குத்தும் பெண்களின் வாழ்க்கையைத் தான் தியாகத்தின்டெ பிரதிபலம் நாவலில் படைத்துள்ளார். நெல் விவசாயிகளிடமிருந்து நெல்லை வாங்கி அதை அவித்து உலரத்தி, குத்தி, அரிசியாக்கி

வீடுகளுக்குக் கொண்டு போய் விற்று வாழ்க்கை நடத்தி வந்தவர்களே நெல்குத்தும் பெண்கள். வறுமை நிறைந்த சூழலில் தனது சகோதரனைப் படிக்கவைத்து பெரிய ஆளாக்கும் லட்சியத்தை நிறைவு செய்வதற்காக அவள் வேசியாக வேண்டி வருகிறது. ஆனால் அவளுடைய தியாகத்தைப் புரிந்து கொள்ளாத சகோதரன் அவளை வெறுக்கவும் அவமானப்படுத்தவும் செய்கிறான். இந்த முரணைத் தான் தியாகத்தின்டெ பிரதிபலத்தில் விளக்குகிறார். சமூகத்தின் கீழ் தட்டில் துன்பங்களை அனுபவித்து வாழும் மனிதர்களின் வாழ்வியல் மலையாள நாவல்களில் பதிவு செய்யப்படாத காலத்தில்தான் தகழி இந்த நாவலை எழுதினார். அது மட்டுமல்ல வேசியாக நேர்கிற ஒரு பெண்ணை நாவலின் தலைமைப் பாத்திரமாகப் படைத்ததன் வழி அக்காலத்தில் இலக்கிய படைப்புகளில் வெளிப்படையாக இருந்த ஒழுக்கக் கட்டுப்பாடுகளை எழுத்தாளர் கேள்விக்குள்ளாக்கியிருந்தார். இதுபோன்ற ஒரு நாவலின் வெளியீடு மிகப்பெரிய எதிர்ப்புக்களை உருவாக்கிய காலமாக இருந்தது அது.

அடுத்த வருடமே தகழியின் இரண்டாவது நாவலான பதிதபங்கஜம் *(1935)* வெளியிடப்பட்டது. அக்கதை வாழ்வதற்கு வேறு வழி இல்லாமல் பரத்தைத் தொழிலைச் செய்து வரும் குணவதி என்ற நடன மங்கையின் வாழ்க்கையைக் கூறுவதாகும். சர்க்கஸிலும் பிற நிகழ்வுகளிலும் தான் கண்ட சில நடன மங்கையரின் வாழ்வியல் பிரச்சனைகள் அந்த நாவல் எழுதக் காரணமாக இருந்தன என்று தகழி கூறியுள்ளார். ஆண் பெண் உறவு, பாலியல் ஒழுக்க முறைகள் முதலியவை குறித்த தகழியின் ஒருங்கிணைந்த சிந்தனைகள் பல பதிவாகியுள்ள நூல் பதித பங்கஜம். கதையில் கதாநாயகனான விநயனின் தனிமொழி வழியாக இது போன்ற கருத்தாக்கங்கள் புனைவு செய்யப்பட்டுள்ளன.

தகழியின் ஒரே ஒரு நாவலில் மட்டும் தான் அணிந்துரை உள்ளது. அது பதித பங்கஜத்திலாகும். படிப்பிற்குப் பிறகு திருவனந்தபுரத்தில் பத்திரிக்கை வேலை செய்து வந்த காலத்தில் தான் தகழி அந்த நாவலை எழுதியுள்ளார். தகழியின் நன்மைவிரும்பியான புகழ்பெற்ற எழுத்தாளர் ஈ.வி. கிருஷ்ணபிள்ளை தகழி கேட்காமலேயே பதிதபங்கஜத்திற்கு ஒரு அணிந்துரை எழுதிக் கொடுத்தார். தகழியின் கையில் கட்டாக இருந்த கதை எழுதிய தாள்களை வாங்கிக் கொண்டு போன ஈ.வி. கிருஷ்ண பிள்ளை ஒரு அணிந்துரையோடு சேர்த்து அக்கதையைத் தகழிக்குத் திருப்பிக் கொடுத்தார்.

பிற்காலத்தில் தகழியின் படைப்புகளில் தனித்தன்மையும் சுய அடையாளமும் நிறைந்த வட்டார வழக்குகள் பல இடங்களில் காணப்பட்டன. எனினும் அன்றைய முதிர்ந்த எழுத்தாளர்களின் உரை நடையில் இருந்த மணிப்பிரவாள மொழி நடைகள், சொற்பயன்பாடுகள், உயர்வு நவிற்சி கற்பனைகள் என்பன பதிதபங்கஜத்தில் நிறையவே இருந்தன. பதிதபங்கஜம் என்ற நூல் பெயரே அதற்கு உதாரணம். சுசீலன் (1938) என்றொரு சிறு நாவலையும் இக்காலத்தில் தகழி எழுதியிருந்தார்.

இப்சனுடைய நாடகங்களைப் போல ஒரு நாடகம் எழுத முயற்சி செய்து பிறகு அது நாவலாக மாறிப்போனது என்றும் அந்த நூல்தான் பரமார்த்தங்கள் (1945) என்றும் தகழி கூறியுள்ளார். ஒரு திருமணமாகாத பெண் கருவுற்று விடுகிறாள். அதை அறிந்துகொண்டே வேறொருவன் அவளைத் திருமணம் செய்கிறான். அதன் பிறகு அந்தக் குடும்ப உறவில் அவள் அனுபவிக்கும் தீவிரமான பிரச்சனைகளும் வேதனைகளும் தான் நாவலின் கதைக்களம். திருமணத்திற்கு முன்பு எதிர்பாராத சூழலில் தனது கன்னித்தன்மை இழந்த அழகியான ஜானகியம்மாவைப் பணக்காரனான பத்மநாப பிள்ளை தெரிந்தே திருமணம் செய்கிறான். இருபத்தியொரு வருடங்கள் அவனோடு ஒரு அடிமையைப் போல மூச்சடக்கி வாழ வேண்டி வரும் அவள் 'கணவனைக் கண்டு மனைவி அஞ்சாமல் வாழ்ந்திருந்த மருமக்கள் தாயமுறை இருந்திருந்தால் எவ்வளவு நன்றாக இருக்கும்' என்று சிந்திக்கும்படியான அடிமைத் தனத்தை அந்த தாம்பத்திய உறவில் அவள் அனுபவிக்கிறாள். அந்தப் பெண் அனுபவித்த வேதனைகளின் படைப்பாக்கமே பரமார்த்தங்கள் என்ற நாவல்.

வில்ப்பனக்காரி (1946) என்ற நாவல் அக்காலத்தில் சமூகம் வேசிகளை அவமதிப்பது போல ஏளனமாக நடத்திய விற்பனைக்காரிகளின் வாழ்க்கையைச் சித்தரித்துள்ளார். அவர்களில் பலர் தங்களுடைய வேலையின் காரணமாகத் திருமணம் செய்யாமல் வாழ விதிக்கப்பட்டவர்களாக வாழ்ந்திருந்தனர். அவர்களின் வாழ்வியல் பிரச்சினைகளையும் சமூகத்தில் அவர்கள் அனுபவித்த அவமானங்களையும் அவர்களது நிலைகளையும் இந்த நாவல் காட்சிப்படுத்தியது. மகளிர் மன்றம் நடத்தியிருந்த ஒரு விற்பனை மையத்தில் விற்பனைக்காரியாக வேலை செய்த அழகியான ருக்மணியின்

வாழ்வினூடாக கதை விரிகிறது. இறுதியில் அவளுடைய வாழ்வும் ஒரு பயனற்றதாக முடிகிறது.

புன்னப்புர வயலார் போராட்டம் நவீன கேரள வரலாற்றில் மிக முக்கியமான ஒரு நிகழ்வாகும். அது திருவிதாங்கூரில் நடந்த சுதந்திரப் போராட்டத்தின் ஒரு முகமாகும். தகழி கிராமத்தில் இருந்து அதிக தூரமில்லாத ஆலப்புழையின் தெற்கு பகுதியில் புன்னப்புரா என்ற இடம் இருந்தது. அங்கும் ஆலப்புழைக்கு வடக்கு சேர்த்தலைக்கு அருகில் உள்ள வயலாரிலும் கம்யூனிஸ்ட் காரர்களின் தலைமையில் திவான் சி.பி. ராமசாமி அய்யரின் கொடுங்கோல் ஆட்சிக்கு எதிராக ரத்தம் சிந்திய தொழிலாளர் புரட்சிகளும் போராட்டங்களும் நடந்தன. அக்காலத்தில் அம்பலப்புழையில் வக்கீலாகப் பணியாற்றியிருந்த தகழி சிவசங்கரப் பிள்ளைக்கு அந்தப் போராட்டங்களை அருகிலிருந்து காணமுடிந்தது. அந்தப் பின்னணியில்தான் அவர் 'தலையோடு 1947 இல்' என்ற குறுநாவல் எழுதினார். வயலார் என்ற இடத்தை கண்டனாறு என்று மாற்றி அந்த நாவலில் படைத்திருந்தார். போராட்டத்தை அடித்து நொறுக்கிய பட்டாளத் தலைவரான மேஜர் ராஜசேகரனுடைய வரவேற்பறையில் ஒரு மண்டையோடு காட்சிப் பொருளாக வைக்கப் பட்டிருந்தது. அது அங்கு வருவதற்கான சூழ்நிலைகளையும் அந்த மண்டையோடு அவரைப் பழி வாங்குவதையும் புனைவாகச் செய்ததே அந்த நாவல். அடித்து நொறுக்கப்பட்ட தொழிலாளிகளின் இடையிலிருந்து இயல்பாக உயர்ந்து வரும் ஒரு போராட்டம் என்றாலும் புன்னப்புர வயலார் போராட்டத்தின் பின்னால் கம்யூனிஸ்ட் கட்சியின் கட்டமைப்பும் கருத்தியல் பின்புலமும் இருந்தன. ஏறக்குறைய ஒரு சர்வாதிகாரியைப் போல திருவிதாங்கூரை ஆண்டிருந்த திவான் சி.பி. ராமசாமி அய்யரின் சர்வாதிகார ஆட்சிக்கு எதிராகத் தொழிலாளர்கள் நடத்திய ஆயுதமேந்திய போராட்டமே புன்னப்புர வயலார் கலகம். இந்தியாவின் சுதந்திரத்திற்கு முந்தைய அக்காலத்தில் சுதந்திரத்திற்குப் பின் இந்திய நாட்டுடன் சேராமல் சுதந்திர திருவிதாங்கூராக நிலை நிற்கவேண்டும் என்ற கருத்தை சி.பி. முன்வைத்தார். அதுவும் மக்கள் கொதித்து எழுவதற்கு ஒரு காரணமாக அமைந்தது. அந்தப் போராட்டத்தின் தலைவர்களில் ஒருவராக நாவலாசிரியர் படைத்த சுப்பிரமணியத்தின் மண்டையோடு தான் பட்டாள தலைவரின் வரவேற்பறையில் வைக்கப்பட்டிருந்தது. போராட்டக்காரர் களுக்கிடையில் ஆவேசத்துடன் செயல்பட்ட ஸ்ரீகுமார் என்ற இளைஞனின் தலையும் அங்கு காட்சிக்கு வைக்கப்பட்டது. இந்த மண்டையோடுகளைக்

கண்டு ஆவேசம் பெறுவதற்காக பட்டாளத் தலைவரின் வீட்டை நோக்கி போகும் ஊர்வலத்தின் முன்னால் ஸ்ரீகுமாரின் தொண்டனும் மேஜர் ராஜசேகரின் மகனுமான பாலச்சந்திரனும் இருந்தான். இதுபோன்ற ஒரு மக்கள் திரள் முன்பாக வேறு வழியில்லாமல் அந்தப் பட்டாளத் தலைவன் சுயமாகச் சுட்டுக்கொண்டு இறக்கும் இடத்தில் நாவல் முடிவடைகிறது.

சர்வாதிகாரத்துக்கு எதிர்ப்பையும் தொழிலாளர்களோடான சகோதர அன்பையும் சமகால அரசியல் சூழலிலிருந்து கிடைக்கப்பெற்ற சக்தியோடு தகழி இந்த நாவலில் படைத்துக் காட்டுகிறார். எதிர்ப்பு அரசியல் இயக்கங்களின் போராட்டங்களை சித்திரித்த புனைவு என்ற நிலையில் தலையோட்டில் தகழியின் அரசியல் நிலைப்பாடு தெளிவாகக் காணக்கிடக்கின்றது. தொழிலாளிவர்க்க அரசியலோடு தனக்கு இருக்கும் விருப்பத்தையும் சர்வாதிகாரத்துடனான விமர்சனத்தையும் இந்த நாவலில் தெளிவாகக் காணலாம்.

இதைத் தொடர்ந்து வெளியிடப்பட்ட ‘தோட்டியுடே மகன்’, ‘ரெண்டிடங்கழி’ என்ற நாவல்கள்தான் மலையாள இலக்கிய உலகில் தகழிக்கு முதலிடத்தை பெற்றுத்தந்தன. தகழியின் இலக்கிய வாழ்வில் தொடக்கம் முதலே அவர் சமூகத்தின் விளிம்பு நிலையில் வாழும் மக்களை மையத்திற்குக் கொண்டு வரும் படைப்புகளைப் படைத்திருந்தார். Luman என்று அழைக்கக்கூடிய சமூகப் பிரிவில் பட்ட பிச்சைக்காரர்கள், வேசிகள், தெருவில் வாழ்வோர் முதலியவர்களைச் சிறுகதைகளிலும் நாவல்களிலும் அவர் படைத்திருந்தார். அப்படிப்பட்ட கதாபாத்திரங்களை மிகக் கூடுதலாகப் படைத்த மலையாள கதாசிரியர்களில் ஒருவர் தகழி சிவசங்கரப்பிள்ளை ஆவார். 1930-களில் அதுபோன்ற கதாபாத்திரங் களையும் அவர்களின் வாழ்வியல் சூழல்களையும் படைத்தமை மலையாள இலக்கியத்தின் பொதுத்தளத்தில் மிகப்பெரும் விவாதங்களை உருவாக்கியது.

பிச்சைக்காரர்கள் எவ்வாறு உருவாகின்றனர் என்ற சமூக அறிவியல் பிரச்சனையைச் சிக்கலாக்கம் செய்யும் நாவல் தான் தெண்டி வர்க்கம் (1950). சமூகத்தின் சமத்துவமற்ற நிலையும் பொருளாதார அநீதிகளும் தான் பிச்சைக்காரர்களையும் பணக்காரர்களையும் உருவாக்குகின்றன என்ற கருத்தை இந்த நாவலில் தகழி தெளிவுபடுத்தியிருக்கிறார். ஆலப்புழையிலும் திருவனந்தபுரத்திலும் நாகரீக வாழ்வில் தான் கண்ட பிச்சைக்காரர்களின் வாழ்க்கைதான் இந்த நாவல்

எழுத தகழியைத் தூண்டியது. கேசு என்ற தெருப் பிச்சைக்காரனைக் கதாபாத்திரமாக மையப்படுத்தி எழுதிய நாவலே தெண்டிவர்க்கம். தனது தாத்தாவும் அம்மாவும் சகோதரிகளும் கொடிய வறுமையில் சிக்கிப் பட்டினி கிடந்து இறந்த உணர்வுபூர்வமான தாக்கத்தை அனுபவிக்கும் கதாபாத்திரமே கேசு. அந்த வாழ்வியல் சூழலின் தீவிரமான எதார்த்தத்தை படைத்து, பிச்சைக்காரர்கள் உருவாகும் சமூகச் சூழ்நிலையை இந்த நாவல் வழி தகழி காத்திரமாக விமர்சிக்கிறார்.

வேசிகளையும் பிச்சைக்காரர்களையும் குற்றவாளிகளையும் உருவாக்குவது சமூகம் தான் என்ற எண்ணம் தகழிக்கு பொதுவாகவே இருந்தது. அந்த எண்ணத்தில் நின்றுகொண்டு அனாதையான ஒரு குழந்தை வளர்வதின் கதையை சொல்லும் நாவல் தான் 'அவன்டே ஸ்மரணகள்' (1955). தெருவில் எச்சிலைகளிலிருந்து உணவு எச்சங்களைப் பொறுக்கி தின்று வளரும் அவனை நாய்க்குட்டி என்று ஆட்கள் அழைத்தனர். அவன் வளர்ந்தபின் வாழ்வதற்காக ஒரு முதலாளியிடம் போய் சேருகிறான். தன்னைப் பாதுகாத்த முதலாளிக்கு வேண்டி ஒரு கொலைக் குற்றத்தை ஏற்றுக் கொண்டு அவன் சிறைக்குச் செல்கிறான். ஆனால் முதலாளி அவனைக் கைவிட்டு விடுகிறார். அந்த வர்க்கத்தின் அடிப்படை குணத்தை அவன் புரிந்து கொண்டு முதலாளித்துவத்தை அழிப்பதற்காகத் தொழிலாளி வர்க்கத்துடன் இணைகிறான். ஒடுக்கப்பட்டோரோடு நின்றுகொண்டு காத்திரமாக சமூக விமர்சனத்தை தகழி இந்த நாவலில் முன்வைக்கிறார்.

செம்மீன் வெளியிடப்பட்டதற்குப் பிறகு தகழி எழுதிய நாவலே 'பேரில்லா கதா' (1956). இந்த நாவலும் குட்டநாட்டை பின்னணியாகக் கொண்டு எழுதப்பட்டது. ஊரில் அதிகாரமும் பணமும் உள்ள ஒரு பண்ணையார் குடும்பம்தான் செண்பகமுற்றம். அங்கு வேலை செய்த கொத்தடிமைகளே சேநியின் வீட்டினர். சேநி பழைய தலைமுறையின் பிரதிநிதி. அவன் பண்ணையாரின் நம்பிக்கைக்கு உரியவனாக எப்போதும் இருந்தான். அவனுடைய பிள்ளைகளின் எண்ணம் வேறாக இருந்தது. அவர்கள் பண்ணையாரின் சுரண்டல்களையும் துன்புறுத்தல்களையும் எதிர்த்தனர். சேநியின் மகன் கோவிந்தன் புரட்சி கட்சியின் தொண்டனாக இருந்தான். அவனுடைய தலைவன் ஒருகாலத்தில் பண்ணையாரின் துன்புறுத்தலுக்கு ஆட்பட்டு ஊரை விட்டுப் போன கள்ளன் ஐயப்பனின் மகன் ஸ்ரீதரன் ஆவான். தனி மனித உறவுகளை மதிக்காத கட்சி சசியைப்

பெற்ற தாயிடம் இருந்து பிரிக்கிறது. சிறை தண்டனை முடிந்து வெளியில் வந்த சசி அம்மாவை பார்ப்பதற்கு மிகுந்த விருப்பம் தெரிவிப்பினும் அது அவனுடைய மரபார்ந்த பிற்போக்குத் தனத்தைக் காட்டுகிறது என்று கூறி ஸ்ரீதரனும் கட்சியின் பிற தோழர்களும் தடை செய்கின்றனர். ஆனால் அம்மாவைப் பார்க்க வேண்டும் என்று உறுதியோடிருந்த சசியைத் தோழன் கோவிந்தன் வர்க்க எதிரி என்று கூறி கத்தியால் குத்துகிறான். இறக்கும் தருவாயில் கூட தன்னைக் குத்தியது யார் என்று சசி வெளியிடுவதில்லை. அங்கு சசி தான் சரியான தொழிலாளி நண்பன் என்றும் உண்மையான தோழன் என்றும் தெரிகிறது. அவ்வாறு கோவிந்தனும் ஸ்ரீதரனும் கொலைக் குற்றத்தில் இருந்து தப்பிக்கின்றனர். தகழி எப்போதும் தொழிலாளி வர்க்க அரசியலோடு இணைந்து செயல்பட்டார். எனினும் அதை விமர்சனக் கண்ணோட்டத்தோடு அணுகியிருந்தார். புரட்சி இயக்கத்தின் தவறுகளை எப்போதும் அவர் விமர்சனக் கண்ணோடு கண்டிருந்தார். இதைக் குறித்து தகழியே எழுதியுள்ளார். கட்சி பிரச்சாரத்திற்கு அல்லாமல் எழுதக்கூடாது என்ற நிலை வந்தால் என்ன செய்ய முடியும்? வாழ்க்கையை முழுமையாகத் தான் பார்க்க முடியும். அதுதான் எனது அணுகுமுறை. மார்க்சியம் சமூக வாழ்வில் ஒரு நிகழ்வு மட்டுமே அல்லாமல் அது வாழ்வின் முழுமையானதல்ல. உன்னதமான மனிதநேயக் கொள்கையான மார்க்சியத்தை ஆதாரமாகக் கொண்டு செயல்படும் இயக்கங்கள் மனிதநேயமற்று மாறிய சில சூழ்நிலைகள் உள்ளன. அது போன்ற நிகழ்வுகளைக் குறித்து காத்திரமாகத் தகழி பலநேரங்களில் விமர்சித்துள்ளார். அவருடைய எழுத்துக்களில் ஆழத்தில் செயலாற்றி இருக்கும் மனிதநேயத்தை மையப்படுத்தும் அரசியல் மனது இந்த விமர்சனத்தை முன் வைக்காமல் இருக்க முடியாது.

தான் வாழும் சமூகத்தின் எல்லா முகங்களையும் கவனமாக உற்று நோக்கும் கதாசிரியராக இருந்தார் தகழி சிவசங்கரப் பிள்ளை. பலதரப்பட்ட சமுதாயப் பிரிவுகளை அவர் கதைகளிலும் நாவல்களிலும் படைத்துக் காட்டியுள்ளார். கிறிஸ்தவ சமுதாயத்தைப் பின்னணியாகக் கொண்டும் தகழி சில நாவல்களை எழுதியுள்ளார். அதில் முக்கியமான ஒன்று 'அவுசேப்பின்டே மக்கள்' (1959). அவுசேப்பின் தந்தை யோகந்நான் மதம் மாறுவதற்கு முன்பு விளிம்பு நிலை ஜாதியான வண்ணான் இனத்தை சார்ந்தவனாக இருந்தான். அன்றைய சமூகப் படிநிலைகளில் தாழ்ந்த சாதிக்காரர்கள் அனுபவித்த வேதனைகளில் இருந்து விடுதலை

பெறவே யோகந்நான் கிறிஸ்தவ மதத்திற்குப் போகிறான். அதற்கு எதிர்பார்த்த பலன் கிடைக்கவில்லை. அன்றாட வாழ்வை வாழவே சிரமப்பட்ட அவுசேப்பு மீன் வியாபாரி ஆகிறான். அவனுக்குப் பள்ளிக்குப் போகவோ அந்த நிலையிலான சமூக உறவுகளை ஏற்படுத்தவோ இயலவில்லை. ஆனால் அவனுடைய இரண்டாவது மகன் சாக்கோ பணக்காரன் ஆகிறான். நாலாவது மகன் தேவசியா படித்து ஆசிரியன் ஆகிறான். வண்ணான் மதம் மாறியதால் குடும்பத்தின் மதிப்பின்மையைப் போக்குவதற்கு சாக்கோ தம்பி தேவசியாவை பாதிரியார் ஆக்குகிறான். அவ்வாறு கிடைத்த குடும்பப் பெருமையையும் பண பலத்தையும் பயன் படுத்தி சாக்கோ தனது மகனுக்கு குடும்பப் பெருமையும் பாரம்பரியமும் உள்ள ஒரு குடும்பத்தில் இருந்து திருமணம் செய்கிறான். சமூகத்தில் அங்கிகாரம் கிடைப்பதற்காக தேவசியாவை பாதிரியார் ஆக்கியபோது அவனுடைய காதலி கிளாரா கன்னியாஸ்திரி மடத்தில் சேர்கிறாள்.

இருபதாம் நூற்றாண்டின் தொடக்க பகுதியில் கேரளத்தில் விளிம்பு நிலை சமுதாயத்தில் உள்ள பலர் மிஷனரிகளின் செயல்பாட்டின் பலனாக கிறிஸ்தவ மதத்திற்கு மதம் மாறினர். அது சமூக மாற்றத்தின் ஒரு எதார்த்தமாக இருந்தது. மதம் மாறிவிட்டால் சமூகரீதியில் அவர்களுக்குக் கிடைக்கப்பெற்ற விடுதலை மிகப்பெரிய ஒரு தூண்டுதலாக அமைந்தது. இந்தச் சமூக நடைமுறையில் நின்றுகொண்டு உருவாக்கி எடுத்த கதைதான் அவுசேப்பின்டே மக்கள். இந்த நாவலில் கத்தோலிக்க மதத்தின் ஆழங்களில் உள்ள பலவற்றை தகழி தைரியமாக விமர்சித்துள்ளார். கன்னியர் மடத்தில் உள்ள கட்டுப்பாடுகளைக் கண்டிப்பாகக் கடைபிடிக்கவும் அங்கு நடக்கும் தவறுகளையும் பல காரியங்களையும் கண்டும் காணாமல் நடப்பதற்கும் க்ளாராவால் இயலவில்லை. அவள் அவற்றைக் கேள்வி கேட்கிறாள் அதனால் அவள் பல துன்பங்களை அனுபவிக்க நேர்கிறது. நாவலின் வேறொரு உட்பொருளான கிளாராவின் வாழ்வில் துன்பங்கள் விரிகின்றன.

பெண்கள் வாழ்வின் துன்பங்களைத் தகழி சிவசங்கரப்பிள்ளை கவனமாக உற்று நோக்கி உள்ளார். அவருடைய சிறுகதைகளிலும் நாவல்களிலும் அதன் பயன்களைக் காணலாம். பெண்கள் வாழ்வின் வேதனைகளைப் படைப்பாக்கும் தகழியினுடைய நாவல்தான் ‘ஐந்து பெண்ணங்கள் *1961*’ பெண்ணாகப் பிறந்ததின் துன்பங்கள் வாழ்க்கை முழுவதும் சகித்துக்கொள்ள வேண்டி வருகின்ற ஜானகியின் கதை

இது. பெண் பொறுமையின் அடையாளமான ராமாயணத்தில் சீதையின் பெயர் அல்லவா ஜானகி. மூத்தவளான ஜானகிக்கு பாரதி, பவானி, கௌரி, பத்மினி என்று நான்கு தங்கையர்களுடைய வாழ்வைச் சுமக்க வேண்டிய பொறுப்பும் வந்து சேர்கின்றது. அந்தச் சகிப்பு வாழ்வின் இறுதியில் தீரா நோயின் வேதனையும் சகித்து மன நிம்மதிக்காக ஜானகி ஓச்சிரா பட நிலத்திற்குப் பஜனைக்குப் போகிறாள். பண்டைய காலம் முதலே அனாதை மனிதர்களுக்கு ஆதரவளிக்கும் இடமாக ஓச்சிரா பட நிலம் என்ற கோவில் திகழ்ந்தது. அங்கு அவள் காணும் மனிதர்கள் ஒவ்வொருவரும் கடுமையான சமூகப் பிரச்சினைகளின் இரைகளே என்ற உண்மை இந்த நாவலில் வெளிப்படுகிறது.

தகழியின் ஒரு குறுநாவலே 'ஜீவிதம் சுந்தரமானு பக்ஷே' (1961) அதுவும் ஒரு பெண் வாழ்க்கையின் துன்பக் கதையாகும். கௌரியின் கற்பில் சந்தேகம் ஏற்பட்ட கணவன் அவளைக் கொடுமைப்படுத்தி பிரிகிறான். அதற்கான எதிர்ப்பு என்ற நிலையில் கணவனையும் காதலனையும் அவள் விட்டு அகல்கிறாள். அவ்வாறு அவள் விடுதலை அடைகிறாள். கடந்த நூற்றாண்டின் இடைக்காலத்தில் விளிம்புநிலை வாழ்வியலை இந்த நாவல் சித்தரிக்கிறது.

சமூக வாழ்க்கையில் பண்பாட்டுக் கூறுகளைத் தகழி உற்று நோக்கி இருந்தார். அது போன்ற வாழ்க்கைச் சூழல்களைக் கதைகளும் நாவல்களுமாக உருவாக்குவதில் தகழி தனித்தன்மை பெற்றிருந்தார். 'தர்ம நீதியோ அல்ல ஜீவிதம்' (1965) என்ற நாவல் அது போன்ற ஒரு வாழ்வியல் நிலையைச் சித்திரிப்பதாகும். வாழவும் உயிர் பிழைக்கவும் செய்வதற்கு இடையில் தர்ம நீதி அல்ல முக்கியம் என்ற அணுகுமுறையிலான சில மனிதர்களின் கதைதான் இந்த நாவலில் சித்திரிக்கப்பட்டுள்ளது. சமூகத்தில் மதிப்பான இடத்தைப் பெறுவதற்குப் பணமும் புகழும் இருந்தால் போதும் என்று நம்பி அதைப் பெறுவதற்காகத் தவறான வாழ்வு வாழ்கின்றனர் கணேசபிள்ளை காண்ட்ராக்டரும் மனைவி கௌரி குட்டி அம்மாவும். வெளியே சமூகத்தில் மதிப்போடு வாழ்கின்ற கற்புக்கரசிகளான சில பெண்களின் வாழ்வை உற்று நோக்கினால் அதில் பல கருத்த புள்ளிகள் இருப்பதைக் காணமுடியும் என்ற எண்ணமுடைய தகழி இந்நாவல் வழியாக வாழ்வின் பல சீரழிந்த பகுதிகளை வெளிச்சம் போட்டுக் காட்டுகிறார்.

மருமக்கள் தாய முறையிலிருந்து (குடும்ப சொத்துக்கள் அனைத்தும் மகளின் மகனுக்கு உரிமைப்பட்டதாகும். அச்சொத்துக்களை மேல் நோட்டம் செய்ய மட்டுமே மகனுக்கு உரிமை இருந்தது. இந்த முறை மாறி மகனுக்கு உரிமை கிடைத்த மக்கத்தாய முறை கேரளத்தில் ஏற்பட்டது) மக்கள் தாய முறைக்கு மாறிய மாற்றக் காலத்தில் கேரள வாழ்வியலில் ஏற்பட்ட பல நிலைகளையும் மனித அனுபவங்களையும் மையப்படுத்தி தகழி எழுதியுள்ளார். அதுபோன்ற ஒரு சமூக நிலையில் பல ஆண்களை மாறி மாறிக் கணவனாக ஏற்றுக்கொண்ட பாப்பி அம்மாவின் மோசமான நிலைகளைக் கூறும் கதைதான் ‘பாப்பி அம்மையும் மக்களும்’ (1965) என்ற நாவலின் கதை. பெண்கள் தவறுவதற்குக் காரணம் முழுமையாகச் சமூகமல்ல. தனிமனித குணங்களுக்கும் அதில் பங்கு உண்டு. அந்த வாழ்க்கை முறையின் பொறுப்பிலிருந்து அவர்களால் விலக முடியாது என்ற அணுகுமுறைதான் இந்த நாவலில் தகழி வெளிப்படுத்தியுள்ளார். ஏறக்குறைய இந்தக் கதைக்கருவுக்கு இணையான ‘மாம்சத்தின்டே விளி’ (1966) என்ற குறு நாவலும் இதையே கதைக் கருவாகக் கொண்ட அமைந்துள்ளது. ஒரு பெண் தனது கணவன் இல்லாத போது பக்கத்து வீட்டுக்காரனுடன் உறவு கொள்ள முயல்வதும் அதன் பின்விளைவுகளும் கதையாக விரிகிறது.

இந்தக் காலத்தில் தகழி எழுதிய வேறு ஒரு நாவலே ‘ஆகாசம்’ (1967). இருபதாம் நூற்றாண்டின் இடைக் காலங்களில் கேரள சமூகத்தில் ஏற்பட்ட மாற்றங்களின் பதிவுகள் இந்த நாவலில் இடம் பெறுகின்றன. ஆனால் தகழியின் பிற நாவல்களைப் போல சமூக விமர்சனம் இந்த நாவலில் வெளிப்படையாக இல்லை. அக்காலத்தில் மலையாளத்தில் தோன்றிய நவீனத்துவ இலக்கிய போக்குகளின் பாதிப்புகளை ஆங்காங்கே இந்த நாவலில் காண இயலும். ஆண் பெண் உறவுகளுக்குப் பின்னால் இருக்கும் உந்து சக்திகளை குறித்த தேடலை தகழி தொடர்ந்த வண்ணம் இருந்தார். ஆணுக்கும் பெண்ணுக்கும் இளமைக்காலத்தில் இருந்த காதல் சூழ்நிலை காரணமாக திருமணத்தில் முடியவில்லை. நடுத்தர வயதுக்குப் பின் எதிர்பாராமல் அவர்கள் சந்தித்துக் கொண்ட போது ஏற்பட்ட தீவிரமான காதல் படர்ந்து பற்றிக்கொண்டதின் கதையே ‘சுக்கு’ (1967) என்ற நாவலில் எடுத்துரைக்கப்பட்டுள்ளது. வாசனைத் திரவிய வியாபாரியாகப் பணக்காரனான ஜோசப் தனது இளமைக்கால காதலியான லில்லியை அவளது கணவனது மரணத்திற்குப் பிறகு தனதாக்கிக்

கொள்கிறான். அதோடு அதுவரை தனது தாம்பத்திய வாழ்வில் அனுபவிக்க இயலாது போன வாழ்வின் மகிழ்ச்சிகளை அனுபவிக்க அவனால் முடிந்தது. வியாபார உலகங்களின் உயர் மட்டங்களில் நடக்கும் சதிகளும் சூதுகளும் பணக்கார வாழ்வில் இருக்கும் ஒழுக்கக் கேடுகளும் பண்பாட்டு சீரழிவுகளும் இந்த நாவலில் தெளிவாக காட்டப்படுகின்றன.

விவசாயக் கூலி வேலையும் பிற கூலி வேலைகளும் செய்து வாழ்ந்து வரும் சாதாரணத் தொழிலாளி மக்களை கதாபாத்திரங்களாக்கி எழுதிய நாவலே 'அனுபவங்கள் பாளிச்சகள்' (1967). கேரளத் தொழிலாளர் வாழ்வையும் அவர்களின் மேல் தாக்கம் செலுத்தி வரும் தொழிற்சங்கங்களின் செயல்பாடுகளையும் அருகிலிருந்து உற்று நோக்கி உள்ளார். அந்தப் பகுதிகளில் வேலை செய்பவர்களின் வாழ்க்கையையும் அதன் அரசியல் தன்மைகளையும் விமர்சனக் கண்ணோட்டத்தில் படைக்க இயன்றுள்ளது. அவற்றில் முக்கியமான ஒரு நாவலே அனுபவங்கள் பாளிச்சகள்.

வேதனை நிறைந்த வாழ்விலிருந்து வளர்ந்து வந்த தொழிலாளியே செல்லப்பன். பல வேளைகளிலும் அவனது எதிர்வினைகள் கடுமையாக இருந்தன. தொழிலாளி என்ற நிலையில் தொழிற்சங்கத்திற்கும் அந்தக் கட்சிக்கும் நம்பிக்கைக்கு உரியவனாக இருந்தான். விரும்பித் திருமணம் செய்த பவானியும் இரண்டு குழந்தைகளும் இருப்பினும் குடும்ப பொறுப்புகளை விட கட்சியோடும் தொழிற்சங்க செயல்பாடுகளிலும் அதன் பின்னணியில் உள்ள கட்சிப் பணிகளிலும் ஆர்வத்துடன் ஈடுபட்டு இருந்தான். முடிந்த அளவு சுத்தமாகக் குளித்து ஆடை அணிந்து வெளியில் செல்லும் பவானி மீது செல்லப்பனுக்குச் சந்தேகம் இருந்தது. அவன் இளைய மகளிடம் மட்டுமே அன்பு கொண்டிருந்தான்.

மெல்ல மெல்ல குடும்பக் காரியங்களிலிருந்து விலகி தொழிற் சங்கம் மற்றும் கட்சி பணிகளில் ஈடுபட்டு வந்தன். நீண்டகாலமாக வேலை செய்து வந்த இடத்தில் இருந்து முதலாளி அவனை வேலையிலிருந்து நீக்கிவிட்டார். அந்தக் கோபத்தில் பவானியோடு சண்டையிட்டு வீட்டிலிருந்து வெளியேறுகிறான். முதலாளியின் நிலத்தில் அத்துமீறி ஏறி தான் வளர்த்த தென்னை மரத்திலிருந்து தேங்காய் பறித்தான். அதன் காரணமாக வழக்கில் பட்ட செல்லப்பன் கட்சியின் உபதேசப்படி தலைமறைவானான்.

செல்லப்பனின் நடவடிக்கைகள் காரணமாக அவளோடு ஏற்கனவே மனதளவில் பிரிந்து வாழ்ந்த பவானி அவளுடன் பணி செய்யும் செல்லப்பனின் நண்பனான கோபாலனுடன் நெருக்கமானாள். அவர்கள் இணைந்து ஒரு புதிய வாழ்வைத் தொடங்கினார். ஆனாலும் அவர்கள் இருவரும் அச்சத்தோடு வாழ்ந்து வந்தனர். செல்லப்பன் திரும்பி வந்தால் அவனுக்கு என்ன நேருமோ என்ற அச்சத்தில் அவர்கள் இருந்தனர்.

தலைமறைவு காலத்தில் மட்டாஞ்சேரிக்குச் சென்ற செல்லப்பன் அங்கு நடந்த ஒரு தொழிலாளர் போராட்டத்தில் பங்கெடுத்தான். போராட்டத்தில் கலந்து கொண்ட தொழிலாளர்களைத் தாக்க வந்த முதலாளியின் அடியாட்களைச் செல்லப்பன் அடித்து வீழ்த்தினான். அதற்காக அவன் கைது செய்யப்பட்டான். சிறைக்குச் சென்ற செல்லப்பன் அங்கு கோபாலனைப் பார்க்கிறான். செல்லப்பனைப் பார்த்து நடுங்கிய கோபாலனைச் செல்லப்பன் ஒன்றும் செய்யவில்லை. ஏதோ மன மாற்றம் ஏற்பட்டவனைப் போல நடந்து கொண்டான்.

சிறையில் இருந்து வெளியில் வந்த செல்லப்பன் மகளைப் பார்ப்பதற்காக வந்தான் என்றாலும் அக்குழந்தை காமாலை பாதித்து இறந்துவிட்ட செய்தி அறிந்து வேதனைப்பட்டு மட்டாஞ்சேரிக்குத் திரும்பிப் போனான். அங்கு சென்ற அவன் தொழிலாளர்களுக்குத் துரோகம் செய்த முதலாளியைக் கொன்று விடுகிறான். குற்றத்தை ஒத்துக்கொண்டு சரண் அடைகிறான். இறுதியில் அவனுக்குத் தூக்கு தண்டனை தீர்ப்பு வழங்கப்படுகிறது.

அரசியல் உள்நோக்கங்கள் உள்ள நாவல் அனுபவங்கள் பாளிச்சகள். அதன் தலைமைப் பாத்திரங்கள் சாதாரணக்காரர்களான தொழிலாளிகளாவர். தொழிலாளர்களின் உரிமைக்காக ஆத்மார்த்தமாகப் போராடுபவனே செல்லப்பன். ஆவேசமும் பொறுமையற்ற குணமுடையவன் அவன். அப்படியான செயல்பாடுகளுக்கு இடையில் தனது குடும்பத்தை அவன் மறந்துவிடுகிறான். மறுபக்கத்தில் தொழிலாளர்களோடு நீதி காட்டாத சில தலைவர்களையும் தகழி படைத்துக் காட்டுகிறார். விடுதலைக்கு முந்தைய காலத்தில் இருந்த தொழிற்சங்க நடவடிக்கைகளை உணர்ந்திருந்த தகழி 20 ஆண்டுகளில் அத்துறையில் வந்த தோல்விகளை இந்த நாவலில் விமர்சனக் கண்ணோட்டத்தில் சித்திரிக்கிறார்.

செல்லப்பன் பவானி உறவின் விரிசல்களைக் காட்சிப்படுத்தும் போது மனித குணங்களின் நுணுக்கமான தலங்களுக்குச் சென்று வெளிச்சம் போட்டுக் காட்டுகிறார் தகழி. சமூக அரசியல் நூல்கொண்டு நெய்த எடுத்த மனித அனுபவங்களின் ஒரு துன்ப நாடகமே அனுபவங்கள் பாளிச்சகள். கே எஸ் சேதுமாதவன் இந்த நாவலை அடிப்படையாகக் கொண்டு இயக்கிய இதே பெயரில் அமைந்த திரைப்படம் மலையாள திரைப்பட வரலாற்றில் மிகவும் கவனத்தை ஈர்த்த ஒரு கலைப் படைப்பாகும்.

வியாகுல மாதாவு (1968) மிகுந்த வேறுபாடுகள் நிறைந்த வித்தியாசமான ஒரு சிறிய படைப்பாகும். கிறிஸ்துவின் அம்மா புனித மரியாவைக் குறித்த ஒரு படைப்பாகும் இது. கடவுளுடைய தாயாக இருப்பினும் மனிதப் பெண் என்ற நிலையில் அவர் அனுபவித்த துன்பங்களைப் படைத்துக் காட்டுவதற்கு தகழி முயன்றிருந்தார். வியாகுல மாதாவு என்ற கலைப்படைப்பு அன்னை மரியா பற்றிய இலக்கியப் படைப்புகளில் இந்தியாவின் குறிப்பாக கேரளத்தின் ஒரு நன்கொடையாக் கருத்தக்கது என்ற பதிப்பகத்தாரின் குறிப்பு கவனிக்கத்தக்கது. வழக்கத்திற்கு மாறாக நாலைந்து பக்கங்களுக்கு தகழி ஒரு அறிமுகவுரையை இதில் எழுதிச் சேர்த்துள்ளார். கிறிஸ்தவ நம்பிக்கை மற்றும் ஆச்சாரங்களின் உறைவிடமே மரியம் குறித்த நம்பிக்கை. தெய்வ நம்பிக்கையைப் பெறுவதற்கு எளிய வழி என்பது மாதாவைத் துதிப்பதாகும் என்ற நம்பிக்கை கிறிஸ்தவர்களிடம் காணப்படுகின்றது. கிறிஸ்தவ நம்பிக்கைகளின் மேம்பட்ட மதிப்பீடுகளை இந்த நாவல் படைத்துக் காட்டுகிறது. அதனோடு கல்வாரி மலை தரும் எக்காலத்திற்கும் பொருந்தும் செய்திகளையும் முன்வைக்கின்றது.

வேளாண் வாழ்விற்கு முக்கியத்துவம் இருந்த கேரள வாழ்வில் பணம் என்பதன் மாற்றுச் சொற்களாக நெல்லும் தேங்காயும் இருந்தன. சில தலைமுறைகளுக்கு முன்பு வரை உணவுக்காக நெல்லும் பிற தேவைகளுக்குத் தேங்காயும் என்பதாக இருந்தது நடுத்தரவர்க்க குடும்பங்களின் நிலை. இந்த அணுகுமுறையின் அடிப்படையில் தகழி எழுதிய நாவலே 'நெல்லும் தேங்கையும்' (1969). ஜமீன்தார் முறையினுடைய வீழ்ச்சி தனி மனித குணங்களில் ஏற்படுத்திய மாற்றங்களை இந்த நாவல் காட்டுகிறது. ஜமீன்தாரின் நம்பிக்கைகுரிய தொழிலாளியான வாசு காலத்தின் மாற்றத்தால் உரிமை குறித்த

விழிப்புணர்வு உள்ள தொழிலாளியாக மாறுகிறான். அந்த மாற்றத்திற்கு இடையில் ஜமீன்தாரின் இளைய குழந்தை வாசுவின் எதிரியாக மாறுகிறான். தான் எடுத்து வளர்த்த குழந்தையின் மனநிலையில் ஏற்பட்ட எதிரி மனப்பான்மை அவன் மனதில் பெரிய தாக்கத்தை ஏற்படுத்துகிறது. அவனுக்குள்ளும் எதிரி மனப்பான்மை வளர்கிறது. நம்பிக்கையினு டையதும் சுயமரியாதையினுடையதுமான முகங்கள் வாசு என்ற கதாபாத்திரம் வழியாக நேர்த்தியாகப் படைக்கப்பட்டுள்ளன.

தகழி இக்காலத்தில் எழுதிய வேறொரு நாவல் ‘பெண்’ (1969). கணவனால் கைவிடப்பட்ட சுமதி என்ற கதாபாத்திரத்தை மையப்படுத்தி எழுதிய நாவல் இது. அவள் பிறகு வேறொரு ஆடவனுடன் தொடர்பு கொள்கிறாள். அந்நபரின் தாக்கத்தால் அவளிடம் சில மாற்றங்கள் ஏற்படுகின்றன. ஒழுக்கமும் கட்டுப்பாடும் நிறைந்த ஒரு வாழ்வுக்கு அவள் மெதுவாக மாறுகிறாள். அவ்வாறு சுமதி ஒரு நல்ல குடும்பப் பெண்ணாக மாறுகிறாள். பாலியல் தொழில் செய்ய வேண்டி வந்த கௌரி குட்டி சுமதியிடம் அடைக்கலம் தேடுகிறாள். அவர்களுக்கு இடையில் மிக நெருக்கமான ஒரு உறவு ஏற்படுகிறது. அது ஓரினப் புணர்ச்சிக்கு இட்டுச் செல்வதான ஒரு குறிப்பும் உள்ளது. பெண், பாலியல், பண்பாடு, ஒழுக்க முறைகள் ஆகியவற்றை விமர்சனக் கண்ணோட்டத்தில் தகழி வழக்கம்போல் அணுகியுள்ளார். தகழியின் சிறந்த நாவல்களில் ஒன்றாகக் கொள்ளப்படுவது அல்ல பெண். ஆனால் பாலியல் தொடர்பாகப் பிற்காலத்தில் தோன்றிய கருத்தியல் மாற்றங்களின்படி புதிய வாசிப்புக்குக் களம் அமைப்பதாக இந்நாவல் அமைந்துள்ளது. பெண்ணாகப் பிறப்பதே குழந்தை பெறுவதற்காக மட்டும்தான் என்ற கண்ணோட்டத்தின் எதிர்ப்பாக வந்த நாவலே ‘பெண்ணாய் பிறந்தால்’ (1970) என்ற குறுநாவல்.

குட்டநாட்டுப் பின்னணியைக் கொண்டு எழுதப்பட்ட நாவலே ‘நுரையும் பதையும் (1970).’ ஒரு காலத்தில் புகழ்பெற்று விளங்கிய மங்களசேரி குடும்பம் ஜமீன்தார் முறை ஒழிக்கப்பட்டதோடு புகழ் இழந்து அழிந்துபட்டது. அக்குடும்பத்தின் கடைசி வாரிசுகள் உந்நூலியும், தங்கை காளி குட்டியும். வேறுவழியின்றி மானம் இழந்த உந்நூலி மெல்ல மெல்ல பாலியல் தொழிலாளியாகிறாள். அதிகாரிகளுக்கும் முதலாளிகளுக்கும் அவளைக் கொடுத்து பல கெட்டிக்காரர்கள் பணம் சம்பாதித்து ஊரில் மதிப்பிற்குரியவர்களாக நடக்கின்றனர். ஆனால் அவர்கள் எல்லோரும் அவளை கருவேப்பிலை போலக் களைந்தனர்.

இங்கும் பாலியல் தொழில் செய்ய வேண்டி வந்த பெண்ணின் இயலாமையும் அதன் சமூக ஒழுக்க மதிப்பீடுகளும் ஓரளவுக்கு விமர்சனக் கண்ணோட்டத்தில் படைத்துக்காட்டப்பட்டுள்ளது.

1970-களின் தொடக்கம் முதல் சில வருடங்கள் தகழி 'கயிறு' நாவல் எழுதுவதில் ஈடுபட்டிருந்தார். பலமுறை எழுதவும் மாற்றி எழுதவும் சில பகுதிகள் தொடராக வெளியிடப்படவும் முடங்கி போகவும் செய்த படைப்பு வரலாறு கயிறு நாவலுக்கு உண்டு. எழுபதுகளின் பகுதிவரை தகழி பல குறுநாவல்களும் சிறுகதைகளும் எழுதிக் கொண்டிருந்தார். ஆனால் அவையெல்லாம் ஒரு முழு நேர எழுத்தாளன் வெளியீட்டாளர்களின் தேவைக்கேற்ப எழுதிக்கொடுத்த Pot Boilers என்ற வகைப்பாட்டினுள் அடங்கும் படைப்புகள் ஆகும். 40-க்கும் மேற்பட்ட தகழியின் நாவல்களில் சுமார் ஐந்து அல்லது ஆறு நாவல்கள் தவிர பிற நாவல்கள் எல்லாம் இந்த வகைமையில் பட்டவையாகும். இருப்பினும் தகழியின் தனித்தன்மை மிக்க சமூக விமர்சனத்தினுடையவும் உற்றுநோக்கலினுடையவும் உளவியல் அணுகுமுறையினுடையவும் சிதறல்கள் இப்படைப்புகளில் ஆங்காங்கே இருப்பதைக் காணலாம். நாயர் குடும்பங்களின் அழிவுப் பின்னணியில் எழுதப்பட்ட நாவலே 'கோடிப்போய முகங்கள்' (1972). பரமு மாமன் என்ற முதியவரே இந்த நாவலின் தலைமைக் கதாபாத்திரம். அவரின் நினைவுகள் வழி நாயர் குடும்பங்களில் பழைய பகட்டான வாழ்வியல் சித்திரங்கள் விரிகின்றன. அந்தப் பண்ணையார் முறையின் கட்டமைப்புக்களைக் கட்டுடைத்து அவர் தேயிலைத் தோட்ட முதலாளி ஆகிறார். தொழுநோய் பாதித்திருப்பினும் அதை ஏற்றுக் கொள்ளாமல் நாக தோஷத்தின் காரணமாகத் தனக்கு வந்த தோல்வியாதி தான் இது என்று அவர் நடிக்கிறார். நோயைக் குணப்படுத்த ஒத்துக் கொள்ளாமல் குடும்பத்திலேயே பிரச்சினைகளை உருவாக்குகிறார்.

மருமக்கள் தாய முறையில் மாமனுக்கு இருந்த அதிகாரங்களையும் பெருமையையும் குறித்து இந்த நாவல் மிக விளக்கமாகக் கூறுகின்றது. நாயர் பண்ணையார் குடும்பங்களுக்கு ஆடம்பரங்களுக்காகவும் குடும்பப் பெருமையை நிலை நிறுத்துவதற்காகவும் தேவைப்பட்ட பணத்தைக் கடன் கொடுத்த தமிழ் அய்யர்கள் குட்டநாட்டு நாயர் பண்ணையார்களின் நிலங்களைச் சொந்தமாக்கிய வரலாற்றையும் இந்நாவல் பதிவு செய்கிறது. அதோடு கிறிஸ்தவர்களின் பொருளாதார வளர்ச்சியையும்

பதிவு செய்கிறது. அத்தைமார்களின் ஆட்சியும் அவர்களது ஆடம்பர மோகமும் இந்த அழிவுக்குப் பக்கபலமாக இருந்தன. கேரளத்தில் நாயர் சமுதாயத்தில் மருமக்கள் தாயமுறை மாறி மக்கள் தாயம் வருவதற்கான காரணத்தைத் தகழி விரிவாக இந்த நாவலில் பதிவு செய்துள்ளார். இக்காலத்தில் அவர் எழுதிக் கொண்டிருந்த கயிறு நாவலின் கதைக் கருவிலிருந்து தெறித்த விழுந்த சில துளிகள் போல் இருந்தது மருமக்கள் தாயம் குறித்து இந்நாவல் கூறும் செய்திகள்.

தொழிற்சங்கத் தளத்தை பின்னணியாக வைத்து எழுதப்பட்ட நாவல் 'குறே மனுஷருடே கதா' (1973). தகழியின் அரசியல் நாவல்கள் என்ற வகைப்பாட்டில் உட்படுத்தக் கூடிய ஒரு நாவலாகும் இது. எம்.எஸ். என்ற மாணவனுக்கு தொழிற்சங்கங்களைக் குறித்த பெரிய புரிதல் ஒன்றும் இல்லாமலிருந்தது. சூழ்நிலை காரணமாக தொழிற்சங்கச் செயல்பாட்டில் ஈடுபட்ட அவன் தொழிலாளர்களின் தலைவனாகவும் அதன்வழி அமைச்சராகவும் செய்கிறான். சுயலாபத்திற்காகவும் சுய வளர்ச்சிக்காகவும் எதையும் செய்யத் துணியும் ஒரு அரசியல்வாதியாக மாறுகிறான் எம்.எஸ்., அதே வேளையில் தன்னலமற்று கட்சி தொண்டாற்றிய, அதற்காக தனது வாழ்க்கையை அர்ப்பணித்த என். எஸை கட்சிக்கு எதிரியாகவும் துரோகியாகவும் முத்திரை குத்தி தனிமைப்படுத்துகின்றனர். இந்த முரண்பாடுகளைக் காட்சிப்படுத்துவதன் மூலம் கட்சிகளுக்கு ஏற்பட்டுள்ள சீரழிவைத் தகழி படைத்துக் காட்ட முயன்றுள்ளார்.

இந்தக் கதையின் வேறொரு பகுதி தாஸ் என்ற எழுத்தாளனின் கண்ணோட்டத்தில் ஏற்பட்ட பரிணாமம் ஆகும். சமூகத்தில் மாற்றங்களை உருவாக்குவதற்காக புரட்சியின் தீக்கனல் உருவாக்கும் எழுத்தாணியை எடுத்த தாஸ் காலத்தின் அனுபவத்தால் கருத்தியலில் மாற்றம் ஏற்பட்டு ஆன்மீகத்திற்கு மாறிப்போகிறார். கொள்கைகள் தற்கொலை செய்து தொங்கிக்கொண்டு இருக்கின்ற அல்லது வழி ஓரங்களில் கழுத்தை நெரித்து கொல்லப்பட்டிருக்கும் கட்டத்தில் தன்னால் எழுத முடியாது என்பதே தாஸின் நிலைபாடு. ஒரு காலத்தில் ஒடுக்கப்பட்ட மக்களுக்காக தீக்கனல் பாடல்களை எழுதிய தாஸ் இப்போது வாழ்வதற்காக பஜனைப் பாட்டுகள் எழுதி விற்கிறார். ரெண்டிடங்கழி எழுதிய காலத்தில் தகழிக்கு கம்யூனிஸ்ட் கட்சியோடு இருந்த விருப்பம் கால் நூற்றாண்டிற்குப் பிறகு

அந்த கட்சியில் ஏற்பட்ட மாற்றங்களின் பின்னணியில் விமர்சனமாக மாறிய நிலையைக் காட்டுவதாக இந்த நாவல் அமைந்திருக்கிறது.

மீண்டும் குடும்ப உறவுகளினுடையவும் ஆண் பெண் உறவு சார்ந்த விளக்கங்களையும் படைக்கும் படைப்புகளுக்குத் திரும்பி வரும் நிலையை 'அகத்தளம்' (1970) என்ற நாவல் வழி உணர முடிகிறது. ஒத்துப்போக முடியாத தம்பதிகள் குடும்பத்தை நரகம் ஆக்குவதின் சித்திரத்தைக் காணமுடிகிறது. பெண்ணை ஆணின் சுகத்திற்காகவும் அவனைப் பராமரிப்பதற்காகவும் மட்டுமே பயன்படுத்தும் ஆணாதிக்க சமூகத்தின் மீதான ஒரு விமர்சனப் பார்வையை இந்நாவல் முன்வைக்கிறது. அதோடு கிராமங்களிலிருந்து நகரங்களுக்குக் குடி பெயர்ந்த மக்களின் உணர்வுபூர்வமான சிக்கல்களும் காட்சிப்படுத்தப் படுகின்றன.

அரசியல் மனது உள்ள எழுத்தாளராகத் தகழி இருந்தார் என்பது அவரது பல படைப்புகள் வழி அறியக்கிடக்கின்றது. அங்கீகாரம் கிடைக்கப் பெறாத நாவல்களிலும் தீவிரமான அரசியல் நிலைப்பாடுகள் பதிவாகியுள்ளன. அந்த வகைமையில் பட்ட ஒரு நாவலே 'புன்னப்புர வயலாரினு சேஷம்' (1975). கேரளத்தின் அரசியல் மாற்றங்களை விமர்சன நோக்கில் இந்த நாவலில் தகழி நுட்பமாகப் படைத்துக் காட்டியுள்ளார்.

புரட்சியாளனான கட்சித் தொண்டன் கண்ணனின் வாழ்வினுள் சிறுதா அவனுடைய செயல்பாடுகளுக்குத் தான் தடையாகப் போவதில்லை என்று உறுதியளித்துக் கொண்டு வருகிறாள். அவள் போராட்டக் களத்திற்குக் கணவனிடம் குத்தீட்டியைக் கொடுத்து வீரத்தோடு வழி அனுப்புவது குடும்பத்தின் தொடக்க நாட்களில் ஆகும். போராட்டக் களத்தில் போலீஸின் துப்பாக்கிக் குண்டு பட்டு கண்ணன் ரத்த சாட்சி ஆகிறான். ரத்த சாடசியின் மனைவியாக சிறுதா வாழ்க்கையையே கட்சிக்குச் சமர்ப்பிக்கிறாள். மகன் ஸ்டாலினை நல்ல ஒரு கட்சித் தொண்டனாக வளர்க்க வேண்டும் என்பதாக இருந்தது சிறுதாவின் லட்சியம். ஒரு பண்ணையாரின் நிலத்தில் குடில் கட்டி வாழ்ந்திருந்த சிறுதாவிற்கு நில சீரமைப்பு வந்தபோது பத்து சென்ட் இடம் சொந்தமாகக் கிடைக்கிறது. வயலில் வேலை செய்தும் புல்வெட்டிப் பாய் நெய்தும் அவள் வாழ்க்கை நடத்துகிறாள். புதிய காலத்தின் சூழலை சுவாசித்த ஸ்டாலின் அதற்குள் நிறுவன மயமாக்கப்பட்ட கட்சியின் விமர்சகன்

ஆகிவிடுகிறான். வெறும் பொய்யான முத்திரை வாசகங்களில் மூழ்கிப் போன கட்சி கொள்கைகளை அவன் விமர்சிக்கிறான். கொள்கைகளின் முகமூடி அணிந்த சுயநலக்காரர்களான கட்சித் தலைவர்களின் கண்ணில் அவன் உறுத்தலாக இருந்தான். தலைவனின் தீர்மானங்கள் கட்சியின் கொள்கை என்ற நிலையில் தொண்டர்கள் மீது சுமத்தப்படுகின்ற முறைக்கு எதிராக ஸ்டாலின் குரல் எழுப்பினான். அதோடு அவன் கட்சி துரோகியாக முத்திரை குத்தப்பட்டு கட்சியிலிருந்து வெளியேற்றப்பட்டான். அவனைக் கட்சியில் மீண்டும் எடுப்பதற்காக வேண்டி சிறுதா தலைவர்களிடம் கெஞ்சிக் கேட்டுக் கொண்டாலும் பயனில்லாமல் போனது. ஸ்டாலின் தீவிரவாதிகள் கூட்டத்தில் போய் சேருகிறான்.

ஒரு காலத்தில் கட்சிக்காக உயிர் கொடுத்தவர்களுடைய, உடல் உருகி செயல்பட்டவர்களுடைய வாரிசுகள் கட்சியிலிருந்து பிரிந்து செல்வதின் சித்திரங்களைத் தகழி வரைந்து காட்டுகிறார். கயிறு நாவலின் இறுதியிலும் இந்த அரசியல் மாற்றத்தின் சில காட்சிகள் உள்ளன. அதிகாரத்திற்காகவும் அது அளிக்கின்ற சுக சௌகரியங்களுக்காகவும் பணத்திற்காகவும் வேண்டி உண்மையான கட்சிப் பண்பாட்டை கைவிடும் தலைவர்களின் காட்சிப்படுத்தல்களே இவ்வாறு விமர்சனமாகப் படைக்கப்பட்டுள்ளன. இந்தத் தோல்வி இடது சாரி அரசியலின் வளமிக்க மண்ணில் தீவிரவாதம் முளைத்து வளர்வதற்கு ஏற்றதாக இருந்தது என்ற முடிவையும் தகழி இந்த நாவலில் படைத்துக் காட்டுகிறார்.

'அழியா குருக்கு' (1977) ஆண் பெண் உறவின் சில அடிப்படைகளைப் படைத்துக்காட்டிய நாவல் ஆகும். வசீகரமும் கவர்ச்சியும் நிறைந்த பெண்ணான சரசா இதன் மையப் பாத்திரம். எதார்த்தத்தில் கால் வைத்து கொண்டு கரடுமுரடான வாழ்வியலைப் படைக்கும் தகழி அதிலிருந்து மாறுபட்டு ஒரு கற்பனை உலகத்தைப் படைத்து காட்டுவதாக இந்த நாவலை அமைத்துள்ளார்.

சிறப்பிதழ்களின் வேண்டுகோளுக்கு இணங்க தகழி எழுதிய குறுநாவல்களின் தொகுப்பே தகழியின் 'லெகு நாவல்கள்' (1978) என்ற நூல். இதில் ஐந்து நாவல்கள் உள்ளன. 'ஜீவிதம், ரெண்டு ஜென்மங்கள், ஜீவிதத்தின்டே முகங்கள், எண்பதினு சேஷம், கண்ணாடியில் காணுந்ந ரூபங்கள்' என்னும் சிறு நாவல்கள் இக்கதை தொகுப்பில் இணைக்கப்பட்டுள்ளன.

திறந்த கண்ணோடு சமூகத்தை உற்று நோக்கும் தகழி பல சமூகப் போக்குகளை விமர்சனக் கண்ணோட்டத்தோடு அணுகுகிறார். மூட நம்பிக்கைகள் மனித வாழ்வை எவ்வாறு பாதிக்கின்றன என்பதைக் காட்டும் நாவலே ஜீவிதம் என்ற குறு நாவலின் கதை. மோசமான நட்சத்திரம் என்று கருதப்படும் பூராட நட்சத்திரத்தில் பிறந்த நாயகி குடும்பத்தார்களாலும் பிறராலும் எவ்வாறு வெறுத்து ஒதுக்கப்படுகிறாள் என்பதே கதை. இதுபோன்ற நம்பிக்கைகளின் பொருளின்மையும் அது மனித வாழ்வில் ஏற்படும் பிரச்சினைகளையும் இந்த நாவல் விவாதிக்கிறது. இரண்டு ஜென்மங்கள், எண்பதினு சேஷம், கண்ணாடியில் காணுந்ந ரூபங்கள் என்னும் நாவல்கள் பண்பாட்டு ஒழுக்க முறைகள் குறித்தும் பாலியல் விருப்பங்களைக் குறித்தும் எழுதப்பட்ட சிறு படைப்புகளாகும்.

ஜீவிதத்தின்டே முகங்கள் என்ற நாவல் தகழியின் அரசியல் நாவல் என்ற வகைப்பாட்டில் காணத்தகுந்த படைப்பாகும். அரசியலில் பணியாற்றும்போது சந்தித்த விசாலமும் விஸ்வனும் ஒருவரை ஒருவர் விரும்புகின்றனர். விஸ்வன் விவசாயத் தொழிலாளர்களின் செயல்பாட்டாளனும் விசாலம் மகளிர் சங்க செயலாளரும் ஆவர். அரசியலில் பதவி உயர்வு பெற்று தலைமைப் பொறுப்புக்கு வந்தபோது அவன் தனது காதலியான விசாலத்தைக் கை விட்டுவிட்டுத் தனக்குப் பொருத்தமானவள் என்று கருதிய சாவித்திரியை மணந்து கொள்கிறான். ஆத்மார்த்தமாக கட்சிப் பணி செய்து கொண்டிருந்த விசாலத்தைக் கட்சிக்காரர்களும் மெல்ல உதாசீனப் படுத்துகின்றனர். கட்சித் தலைவரான விஸ்வன் ஏமாற்றிய விசாலம் கட்சிக்குள் இருந்தால் அதை அறியும் மக்களுக்குக் கட்சியோடு வெறுப்பு தோன்றும் என்ற காரணத்தைக் காட்டி விசாலத்தைக் கட்சிக்காரர்கள் உதாசீனப் படுத்துகின்றனர். கட்சித் தலைவர்கள் செய்யும் நீதியற்ற செயல்களை ஆமோதிக்கும் சிறு தலைவர்களின் நெறிகெட்ட செயல்பாடுகளைத் தோலுரித்துக் காட்டுவதாக இந்நாவல் அமைந்துள்ளது. கொள்கைகளுக்கும் இலக்குகளுக்கும் எந்த ஒரு முக்கியத்துவம் அளிக்காமல் தாற்காலிக லாபங்களுக்கும் சுயநல வெற்றிகளுக்கும் வேண்டி செயல்படும் கட்சிகள் சமூகத்தில் ஏற்படுத்தும் அநீதியைச் சுட்டுவதாக இந்நாவல் அமைகிறது.

தகழியின் இலக்கிய வாழ்வில் மிக முக்கியமான மைல்கல் என்று நம்பும் கயிறு நாவல் 1978-இல் வெளியிடப்பட்டது. அதைத்தொடர்ந்து

தகழி வேறு நாவல்கள் அதிகமாக எழுதவில்லை. ஒரு சிறு இடைவேளைக்குப் பிறகு தகழி சிவசங்கரப் பிள்ளை எழுதிய 'பலூன்கள் (1982)' என்ற நாவல் இளம் தலைமுறையினரிடம் காணப்படும் லட்சியமின்மையைக் குறித்தும் வாழ்க்கையை ஏமாற்றமாகப் பார்க்கும் அணுகுமுறையைக் குறித்தும் விளக்குவதாக அமைந்தது. முன்முடிவுகள் இல்லாமல் இன்றைய இளைய தலைமுறையினரை அன்போடும் பாசத்தோடும் புரிந்துகொள்ள உண்மையாக முயல்வதாக முன்னுரையில் தகழி கூறுகிறார். வேளாண் வாழ்விலிருந்து சமூகம் மாறிப்போனது. அவ்வாறு மனிதர்களை மண்ணோடு இணைத்திருந்த நூல்கள் அறுந்து ஆகாயத்தில் இலக்கற்று பறக்கும் பலூன்களாக இளைஞர்கள் மாறிப் போயினர் என்ற புரிதலை நாவல் முன்வைக்கிறது. தொழில்நுட்ப வளர்ச்சியின் காரணமாக ஏற்பட்டுக் கொண்டிருக்கும், மாற்றம் அடைந்து கொண்டிருக்கும் இந்தப் புதிய காலத்தில் மாறாத மதிப்பீடுகள் என்று கருதி இருந்த பல மதிப்பீடுகள் மாறிப் போய் இருப்பதைக் காணமுடிகிறது. விழுமியங்களை உதாசீனப்படுத்தும் புதியதலைமுறை வன்முறைகளுக்கும் தீவிரவாத இயக்கங்களாலும் ஈர்க்கப்படுகின்றனர். அவ்வாறு இளைஞர்கள் ஆகாயத்தில் அலட்சியமாகப் பறக்கும் பலூன்களாக மாறி போகின்றனர். இது இந்திய இளைஞர்கள் எதிரிடும் ஒரு பிரச்சனை என்ற ஒரு நிலைப்பாட்டை தகழி இந்த நாவலின் ஊடாக எடுத்துரைக்கிறார்.

மனித குணங்களின் முரண்பாடுகளைத் தனித்தன்மை மிக்க கதாபாத்திரங்களின் மூலம்மக தகழி படைத்துக் காட்டியுள்ளார். அந்த வகைப்பாட்டில் உட்படுத்தக் கூடிய ஒரு நாவலே 'ஒரு மனுஷன்டே முகம்' (1983). பணக்காரர்களான பெற்றோர்களின் செல்லத்தால் பிடிவாதக்காரன் ஆகிப் போகும் பாத்திரமாகும் வேணு. உடலளவில் வளர்ந்து விட்டாலும் மனதளவில் குழந்தையாகவே இருக்கிறான் அவன். வாழ்க்கையை எதிர்கொள்ளும் திறனற்று வளர்கிறான் வேணு. மனதின் ஆசைகளை வெளிப்படையாகச் சொல்ல இயலாததால் அவனது காதலியை அவன் இழக்க நேரிடுகிறது. பிறர் முன்பாக நல்லவனாக வாழ்ந்த வேணு தனது சுய விருப்பங்களை நிறைவு செய்ய இயலாமல் இறுதியில் தற்கொலை செய்ய வேண்டி வருகிறது. தனி மனிதனுக்கும் சமூகத்திற்குமான உறவில் ஏற்பட வேண்டிய பங்கை சரிவர பயன்படுத்தாததால் தான் அவனுக்கு இந்தத் துன்ப முடிவு ஏற்படுகிறது

என்ற கருத்தை நாவல் முன்வைக்கிறது. சில வருட இடைவேளைக்குப் பிறகு 'ஒரு பிரேமத்தின்டே பாக்கி' (1988) என்ற ஒரு குறுநாவலையும் தகழி வெளியிட்டார்.

எழுதி முடித்து புத்தக வடிவில் வெளியிடப்பட்ட தகழியின் கடைசி நாவல் 'ஒரு எரிஞ்ஞுடங்கல்' (1990). தொழிலால் வழக்கறிஞராகவும் எழுத்தாளராகவும் இருப்பினும் பாரம்பரியமாக ஒரு விவசாயியான தகழியின் உண்மை வடிவம் இந்த நாவலில் விரிந்து காணப்படுகிறது. மண்ணை உண்மையாக நேசித்து இருந்த நாவலின் தலைமைக் கதாபாத்திரமே சிவராமப் பிள்ளை. அவர் அப்படிப்பட்ட சூழ்நிலைகளில் தான் தனது வாழ்க்கையை கட்டமைத்து இருந்தார். ஆனால் அவரது பிள்ளைகளுக்கு மண்ணோடு அல்ல விருப்பம். அவர்களது விருப்பம் பணத்துடனாக இருந்தது. வாழ்க்கையின் லட்சியமே பொருளாதார லாபத்தை ஈட்டுவது என்று கருதும் இளைய தலைமுறையினரை விமர்சனக் கண்ணோட்டத்தோடு தகழி இந்த நாவலில் படைத்துள்ளார். மருமக்கள் தாயதிலிருந்து மக்கள் தாய முறைக்கு மாறிய நாயர் சமூகத்தில் ஏற்பட்ட மாற்றங்கள் நாவலின் கதை அமைப்பில் முக்கிய இடம் பிடிக்கிறது. கேரளத்தின் பொருளாதார அரங்கில் உழைப்பாளர்களான கிறிஸ்தவர்கள் அதிகாரத்தைக் கையடக்கும் சித்திரங்களும் இந்நாவலில் பதிவாகியுள்ளன. விவசாயத்திலிருந்து அலுவலகப் பணியாளர்களாக மாறிய கேரள சமூகத்தின் தொழில் மாற்றத்தை இந்நாவல் காட்சிப்படுத்துகிறது.

சிந்து நாகரிகப் பின்னணியில் ஒரு மிகப்பெரிய நாவல் எழுத தகழி இறுதி காலங்களில் திட்டமிட்டிருந்தார். அந்த நாவலின் சில பகுதிகளை எழுதி அதில் ஒரு அத்தியாயத்தை மலையாள மனோரமா ஆண்டு மலரில் வெளியிடவும் செய்தார். ஆனால் அதை எழுதுவதற்கு அவரது ஆரோக்கியம் ஒத்துழைக்கவில்லை. அந்த நாவலை எழுதி முடிக்க வேண்டும் என்ற தகழியின் விருப்பம் நிறைவு பெறாமலேயே மலையாளத்தின் காலத்தை வென்ற கதாசிரியர் தகழி சிவசங்கரப் பிள்ளை விடை பெற்றுக்கொண்டார்.

4. தோட்டியின் மகன்

இலக்கியப் படைப்பின் தொடக்கம் முதல் சமூகத்தில் விளிம்பு நிலையில் இருக்கும் மக்களின் வாழ்வைத் தகழி சிவசங்கரப்பிள்ளை மிகக் கவனமாகப் பின் தொடர்ந்து இருந்தார். அதன் முன்னேற்றத்தையே தோட்டியின் மகன் (1947) நாவலில் காணமுடிகிறது. அக்காலத்தில் மிகவும் அருவருக்கத்தக்கவர்களாக உயர்சாதியினர் கருதி இருந்த மனிதர்களே தோட்டிகள் என்ற பெயரில் அறியப்பட்டிருந்த மலம் அள்ளும் தொழிலாளர்கள். அவர்களை மனிதர்களாகக் கூட பொது சமூகம் கருதி இருக்கவில்லை. நாட்டுப்புறங்களில் மக்கள் வெளியிடங்களில் மலம் மூத்திரம் கழிக்கும் பழக்கம் இருந்தது. நகரங்களில் கழிவுக் கிடங்குகள் இல்லாத கழிப்பறைகளின் காலமாக இருந்தது அன்று. அந்தக் கழிப்பறைகளில் இருந்து மனிதக் கழிவுகளைத் தோட்டிகள் வீடுகளிலிருந்து சேகரித்து பெரிய தாழிகளில் நிறைத்து தள்ளுவண்டியில் ஏற்றி கழிவு சேகரிக்கும் இடங்களுக்குக் கொண்டுபோகும் ஒருமுறை அன்று இருந்தது. மேம்பட்டவர்களின் உலகத்தைச் சுத்தமாக நிலை நிறுத்துவதற்காகச் செயலாற்றி இருந்த தோட்டத் தொழிலாளிகளைப் பார்த்தாலே அருவருக்கத்தக்கவர்களாக சமூகம் கருதி இருந்தது. அவர்களும் மனிதர்கள்தான் என்றும் அந்த மனிதர்களின் வாழ்வும் சமூகத்தின் ஒரு பகுதி தான் என்றும் அவர்களும் தொழிலாளர்கள்தான் என்றும் அவர்களுக்கும் ஒன்றிணைந்து உரிமைகளைப் பெற முடியும் என்றும் ஆன கண்ணோட்டங்களைத் தோட்டியின் மகன் என்ற நாவலில் தகழி எடுத்துரைத்துள்ளார்.

சிறுகதைகள் வழியாக மலையாள இலக்கிய உலகில் தனது அடையாளத்தை ஏற்படுத்த 1930-களிலேயே தகழி சிவசங்கரப் பிள்ளைக்கு இயன்றது. அக்காலத்திலேயே நாவல்களையும் எழுதி இருந்தார் என்றாலும் மலையாள நாவல் அரங்கில் அவருடைய இடத்தை உறுதி செய்ய முடிந்தது தோட்டியின் மகன் ரெண்டிடங்கழி முதலிய நூல்கள் வெளியிட்ட பின்னரேயாகும். மலையாள நாவல் வரலாற்றில் மட்டுமல்ல கேரள சமூக வரலாற்றிலும் அடையாளப் படுத்தப்பட்ட நூல்களாக அவை இருந்தன. குறிப்பாக ரெண்டிடங்கழி மிகுந்த கவனத்தை ஈர்த்தது. கதை கருவின் இயல்பைக் கொண்டு மலையாள நாவலின் வரலாற்றில் ஒரு நாழிகைக்கல்லாக அங்கீகரிக்கப்பட்ட ரெண்டிடங்கழியோடு ஒப்பாக நிற்கும் நாவலே அதற்கு முன் வெளியிடப்பட்ட தோட்டியின் மகன்.

மகாத்மா காந்தியின் விடுதலைப் போராட்டத்தோடு தொடர்பு கொண்டு தீண்டாமை ஒழிப்பும் மது ஒழிப்பும் செய்தததுபோல முக்கியமானதாக இருந்தது தோட்டித் தொழிலாளர்களின் தொழிலும் மரியாதைக்குரிய தொழில் என்று அறிவிப்பதற்கான முயற்சியும். அதுபோன்ற வாழ்வியல்களை அடிப்படையாகக் கொண்டு முல்க் ராஜ் ஆனந்த் எழுதிய coolie untouchable முதலிய நாவல்கள் இந்திய இலக்கிய உலகில் புகழ் பெற்றவையாகும். அந்த நூல்கள் தகழிக்கு வழிகாட்டியாக இருந்திருக்கலாம். தனக்கு அறிமுகமான ஆலப்புழை பட்டிணத்தின் தோட்டித் தொழிலாளிகளின் வாழ்வியலை முன்வைத்து தகழி தோட்டியின் மகன் நாவலை எழுதினார்.

தோட்டிகளின் மூன்று தலைமுறைகளைச் சித்திரித்து அவர்களுக்கு இடையில் ஏற்பட்ட வாழ்வியல் மாற்றங்கள் குறித்த கதையைத் தமது தோட்டியின் மகன் என்ற நாவலில் தகழி சிவசங்கரப்பிள்ளை கூறுகிறார். அதிகார முறைகளோடு அதிக மரியாதை வைத்திருந்த பழைய தலைமுறையின் பிரதிநிதி இசக்கிமுத்து. தாங்கள் ஒரு அடிமை வாழ்வைத் தான் மேற்கொள்கிறோம் என்ற உணர்வும் கூட அவருக்கில்லை. அவருக்கு மட்டுமல்ல அவரைச் சார்ந்த பல தோட்டிகளின் நிலையும் இதுவேதான். அவருடைய மகன் சுடலைமுத்துக்கும் அவனுடைய மகன் மோகனுக்கும் தலைமுறை மாறும்போது அந்தத் தொழில் துறைகளில் தொழிலாளிகளுக்கு உருவான இன உணர்வைக் குறித்து தான் தகழி கூறுகிறார். இசக்கிமுத்து தனது நிலையைப் புரிந்து கொள்ளாது மாடு போல் வேலை செய்த தோட்டியாக இருந்தான். தங்களைச் சமூகம் ஏற்றுக்கொள்ள வேண்டும் என்ற ஒரு விழிப்புணர்வு கூட அவனுக்கு இல்லை. ஆனால் அவனுடைய மகன் சுடலைமுத்து விழிப்புணர்வுள்ள ஒரு நபராக இருந்தான். ஒரு தோட்டியாக வாழ அவன் விரும்பவில்லை. வேறு ஏதாவது வேலை செய்து வாழவே அவன் விரும்பினான். ஆனால் தந்தையின் மரணத்தைத் தொடர்ந்து அவனுக்கும் அந்தத் தொழில் செய்ய வேண்டி வருகிறது. இருப்பினும் தனது தந்தை உட்பட தோட்டிகள் பின் தொடர்ந்து இருந்த வாழ்வியல் முறைகளைத் தொடராமல் இருக்க அவன் விழிப்போடு முயற்சி செய்தான். கழிப்பறையைச் சுத்தப்படுத்தப் போகும் வீடுகளிலிருந்து கொடுக்கின்ற பழைய உணவுகளை உண்ணவோ அவர்களின் தயவுக்காகக் காத்திருக்கவோ அவன் முயலவில்லை. வேலை செய்து அந்த வேலையின் கூலியை வைத்து சுத்தமாகவும் சுகாதாரமாகவும் வாழ்வதற்கே அவன் விரும்பினான். பிற தோட்டித்

தொழிலாளர்களிடம் காணப்பட்ட பயமோ அடிமை மனமோ இல்லாமல் சுயமரியாதையோடு வாழவே அவன் முடிவு செய்தான். தான் விரும்பிய தாய் தந்தை இல்லாத வள்ளி என்ற தோட்டிப் பெண்ணை அவன் மனைவியாக ஏற்றுக்கொண்டான். அவ்வாறு ஒரு குடும்பத்தை உருவாக்கியபோது அவனுக்கு ஒரு விருப்பம் மட்டுமே இருந்தது. தனது குழந்தைகளையாவது தோட்டித் தொழில் செய்ய அனுமதிக்கக் கூடாது என்பதாகும் அது.

அதனால் சுடலைமுத்து பிற தோட்டிகளைப் போலல்லாமல் சுத்தமும் சுகாதாரமுமான ஒரு வாழ்வை மேற்கொள்ள முயன்றான். தனது மனைவிக்குச் சுத்தம் இல்லை என்று அவனுக்குத் தோன்றியது. பிற தோட்டிகளின் வீடுகளுக்கு அவள் போவதையும் அவர்களுடன் அவள் பரிமாறுவதையும் அவன் விலக்கினான். தனது இன மக்களில் இருந்து அகன்று நிற்பதற்கும் தான் வேலை செய்யப் போகும் வீடுகளில் உள்ள மேட்டுக்குடி மக்களின் வாழ்க்கை முறையைப் பின்பற்றவுமே அவன் முயன்றான். கணவனின் போக்கு தோட்டிகளுடைய வாழ்வியல் முறையில் ஊறிப்போன மனைவிக்குப் பயத்தை ஏற்படுத்தியது. அவன் கொண்டுவந்த வாழ்க்கையின் சுக சௌகரியங்களை அனுபவிக்கும் போதும் தனக்கு அறிமுகமான ஜீவித முறைகளைப் பிரிந்து போவதற்கு அவள் சங்கடப்பட்டாள்.

பிற தோட்டிக் குழந்தைகளுடன் சேராமல் தனது குழந்தை வளர வேண்டும் என்று சுடலைமுத்து விரும்பினான். மிகவும் சிரமப்பட்டு தனது குழந்தையைப் பணக்காரர்களை போல் அவன் வளர்த்தான். தோட்டிகளின் பரம்பரைப் பெயர்களை வைக்காமல் தனது மகனுக்கு மோகனன் என்று பெயர் வைத்தான். பேபி என்ற செல்லப் பெயரும் வைத்தான். தோட்டியின் மகன் என்பதால் பள்ளியில் சேர்க்க அனுமதிக்காத தலைமை ஆசிரியரை தனது செல்வாக்கைப் பயன்படுத்தி சம்மதிக்க வைத்து மகனைப் பள்ளியில் சேர்த்தான். அவ்வாறு அந்தக் குழந்தை வளர்ந்து வந்தது. காலரா நோய் வந்து தாக்கியதால் சுடலைமுத்துவும் மனைவியும் இறந்து விடுகின்றனர். அதோடு மோகனன் அனாதையாகிறான். அவனும் வாழ வழியில்லாமல் இறுதியில் தோட்டியாக வேண்டி வருகிறது. அவன் என்னவாகக் கூடாது என்று அவனுடைய தந்தையும் அவனும் விரும்பினார்களோ இறுதியில் வழியில்லாமல் அதே தோட்டி வேலையில் வந்து சேருகிறான். கல்வி அறிவும் உலக அறிவும் பெற்று வளர்ந்த

மோகனனின் தலைமுறையில் பட்ட தோட்டிகள் சங்கம் சேர்ந்து வர்க்க உணர்வோடு புரட்சி வழியில் முன்னேறுகின்றனர். அந்த முன்னேற்றத்தின் பகுதியாக நடந்த தொழிலாளர்களின் போராட்டத்தை அரசாங்கம் ஒடுக்கியது. அதன் விளைவாக மோகன் என்ற தோட்டித் தொழிலாளி இரத்தசாட்சி ஆகிறான்.

கேரளத்தில் 1920-களிலேயே தொழிலாளர்கள் ஒருங்கிணையத் தொடங்கியிருந்தனர். அதன் ஒரு முக்கியமான மையமாக ஆலப்புழை அமைந்தது. கயிறு தொழிலாளிகள் தான் ஆலப்புழையில் இருந்த முக்கியமான பிரிவினர். கயிறு தொழிலாளர்கள் ஒன்றிணைந்து அதிகக் கூலி வேண்டும் என்று போராட்டம் நடத்தவும் வேலைநிறுத்தம் செய்யவும் செய்து சில பயன்களைப் பெறவும் செய்தனர். இந்தப் பின்னணியில்தான் பிற தொழில் துறைகளிலும் தொழிலாளர்கள் இணைந்து செயல்படத் தொடங்கினர். குட்ட நாட்டு விவசாயத் தொழிலாளர்களும் ஆலப்புழையில் தோட்டித் தொழிலாளர்களும் ஒருங்கிணைந்து செயல்பட தொடங்கியது இந்தச் சூழ்நிலையில் தான்.

தோட்டித் தொழிலாளர்களின் வாழ்வை கதைப்பொருள் ஆக்கியதோடு இலக்கிய உலகத்தில் மிகப்பெரிய ஒரு அதிர்ச்சியை தகழி ஏற்படுத்தினார். ஏற்கனவே மலையாளத்தில் தொழிலாளர்களும் விளிம்புநிலை மக்களும் சாதாரண மனிதர்களும் எல்லாம் கதா பாத்திரங்களாக வரும் கதைகளும் நாவல்களும் வரத் தொடங்கிவிட்டன. ஆனால் மனிதக் கழிவுகளைச் சுத்தப்படுத்தும் தோட்டிகளின் வாழ்வியலை இலக்கியப் பொருளாகக் கொண்டமை இலக்கிய அரங்கை மேம்பட்ட பண்பாடாகக் கருதி இருந்த உள்ளங்களுக்குப் பொறுத்துக்கொள்ள முடியாததாக அமைந்தது. மனிதக்கழிவுகளை எடுத்துக் கொண்டு போகும் இடங்களில் இருந்து தோட்டிகளில் ஆணும் பெண்ணும் காதல் கொள்ளும் காட்சிகளைத் தகழி சொற்களால் தீட்டியபோது அது ஏற்கனவே நிலை நின்றிருந்த காதல் குறித்த கற்பனைகளை மட்டுமல்ல வாழ்வியல் குறித்த கருத்தாக்கங்களைக் கூட திருப்பிப் போட்டது.

தோட்டிகளின் மூன்று தலைமுறைகளைச் சித்திரிப்பது வழி தொழிலாளிகள் என்ற நிலையில் அவர்களுக்கிடையே ஏற்பட்ட மாற்றங்களைத் தகழி படைத்துக் காட்டுகிறார். அதிகாரிகள் காலா காலங்களில் செய்து கொண்டுவரும் சுரண்டல்களையும் ஒடுக்கு முறைகளையும் எதிர்த்து தங்களுடைய உரிமைகளை நிலைநாட்டுவதற்கு

வேண்டி தோட்டிகள் ஒருங்கிணைகின்றனர். அவர்களை ஒருங்கிணைப்பதற்கு முன்வரிசையில் நிற்பவன் சுடலைமுத்து. தத்துவ அடிப்படையோ பிற உந்துதல்களோ அல்ல அவர்களது சொந்த வாழ்க்கை அனுபவங்கள் தான் அவர்களை ஒருங்கிணைக்கத் தூண்டியவை.

தனக்குக் கிடைக்கவேண்டிய சம்பளத்தில் மூன்றில் ஒரு பகுதியை மேலதிகாரியான ஓவர்சியருக்குக் கொடுத்துக்கொண்டே 30 வருடமாக இசக்கிமுத்து தோட்டிப் பணி செய்து இருந்தார். அப்படி இருந்தும் இரண்டு நாட்கள் விடுமுறை கேட்டதின் பேரில் அந்தக் கிழவன் பிரித்து விடப்படுகிறான். தனது சம்பளம் எவ்வளவு என்றும்கூட தெரியாமல் இருந்தனர். அந்த தலைமுறையில் வாழ்ந்த தோட்டிகள் போலீசார், முனிசிபல் அதிகாரிகள், பிற அதிகாரிகள் ஆகியோரால் நிரந்தரமாகச் சுரண்டலுக்கு உள்ளாக்கப்பட்டனர். ஆனால் அடுத்த தலைமுறையான போது காரியங்களில் மாற்றம் ஏற்படுகிறது. அவர்கள் தங்களது உரிமைகளைக் குறித்து அறிவு உடையவர்களாக இருந்தனர். ஆனால் அவர்கள் சரியான வழியில் ஒருங்கிணைந்து ஒரு சக்தியாக வளர்ந்தது மூன்றாம் தலைமுறை ஆனபோதாகும்.

மிகுந்த கீழ்ப்படிதலோடு வாழ்நாள் முழுவதும் தோட்டிப் பணி செய்த இசக்கிமுத்துவின் பிணத்தை அடக்கம் செய்வதற்குப் பணம் இல்லாததால் குழிதோண்டி மூட நாய்கள் அந்தக் குழியைப் பறித்து அவரது பிணத்தைக் கடித்துக் கொண்டு இருப்பதை மகன் சுடலைமுத்து பார்க்க நேர்கிறது. அந்தக் காரியத்தை ஓவர்சியரின் கவனத்தில் கொண்டு வந்தும் எந்தப் பலனும் கிடைக்கவில்லை. இந்தச் சூழல் தோட்டிகள் ஒருங்கிணைய வேண்டும் என்ற சிந்தனை ஏற்படுவதற்கு வழிவகுத்தது. அந்தச் சூழலில் தான் சுடலைமுத்து தோட்டிகளின் தலைமை இடத்திற்கு வருகிறான். சங்கம் உருவாகிறது. சங்க உணர்வும் சுற்றுப்புறத்தைக் குறித்த புரிதலும் ஏற்பட்டதோடு அதுவரை விலங்குகளைப் போல் வாழ்ந்து இருந்த தோட்டிகளுக்குச் சுயமரியாதைக் குறித்த புரிதல் ஏற்படுகிறது.

ஆனால் தனிமனிதன் என்ற நிலையில் சுடலைமுத்துவைச் செயல்பட வைத்த உந்துதல் உண்மையான வர்க்க உணர்வு நிலையில் அல்ல. தோட்டியின் அசுத்தமும் அருவருப்புமான வாழ்வில் இருந்து தப்பித்து உயர்ந்த நிலையில் வாழும் வாழ்க்கைக்குப் போக வேண்டும் என்பதாக இருந்தது அவனுடைய முக்கியமான விருப்பம். தனது மகன்

ஒரு தோட்டியாக வாழவேண்டிய நிலை ஏற்படக் கூடாது என்பதல்லாமல் பிற தோட்டிகளின் உயர்வு குறித்து அவன் சிந்திக்கவே இல்லை. அதற்காக அவன் சம்பாதித்த பணத்தை பாதுகாக்க முனிசிபல் தலைவரிடம் கொடுத்து வைத்திருந்தான். ஆனால் சுடலைமுத்து ஏமாற்றப்படுகிறான். தனிப்பட்ட முறையில் அவனுடைய பணப்பேராசை அதோடு நிறைவு பெறுகிறது. சுடலைமுத்துவின் மகன் மோகனனுடைய தலைமுறையான போது அவனிடம் உண்மையான நிலையில் வர்க்க உணர்வு ஏற்படுகிறது. ஒரு தனி மனிதன் என்ற நிலையில் ஏற்படும் லாபங்களை விடத் தொழிலாளர்களுக்கு மொத்தமாக கிடைக்கும் நன்மைகள் தான் முக்கியமானது என்ற விழிப்புணர்வு அவனுக்கு உள்ளது. ஒரு இனம் என்ற நிலையில் தங்களுக்கு மொத்தமாக ஏற்படவேண்டிய விடுதலை குறித்து அவனுக்கு நல்ல புரிதல் உண்டு. அதனடிப்படையில் சமூக உண்மைகளை அவன் புரிந்து கொள்கிறான். தங்களைத் தோட்டிகளாகவே நிலைநிறுத்தும் சமூகஅமைப்பு முறையைத் தான் உடைக்க வேண்டும் என்ற உண்மையை அவன் சக தொழிலாளர்களிடம் பகிர்ந்து கொள்கிறான். நாம் எதிர்க்க வேண்டியது எதை? இந்த முனிசிபாலிட்டியையா? உண்மையில் தொழிலாளியின் எதிரி முதலாளி என்ற தனி நபரல்ல முதலாளியின் அரசாங்கமாகும். சங்கத்தின் தலைமையில் தொழிலாளிகள் ஒருங்கிணைந்து நடத்திய போராட்டம் வழியாக உரிமைகளை எண்ணி எண்ணி வாங்கும் திறன் பெற்றனர். இறுதியில் அது போன்ற ஒரு போராட்டத்தில் மோகனன் ரத்த சாட்சியாகிறான்.

நாவலின் தொடக்கத்தில் காணப்படும் முதல் தலைமுறையின் தோட்டியான இசக்கிமுத்து அதிகார முறைக்குப் பூரணமாக அடி பணிந்து வாழ்பவனாவான். ஆனால் அவனுடைய மகன் சுடலைமுத்து தான் வாழும் நிலையில் தொடர்வதற்கு விரும்பாமல் தனது சொந்த வாழ்வை மாற்றுவதற்கு முயற்சிப்பவனாவான். அவனுடைய மகன் மோகனனோ தான் உட்படும் தோட்டிகளுடைய வாழ்வில் மொத்தமான மாற்றம் வேண்டும் அதற்கு சமூக அமைப்பில் மாற்றம் ஏற்படுத்த வேண்டும் என்று நம்பும் ஒருவனாக இருக்கிறான். இந்த 3 தலைமுறைகளைச் சார்ந்த தோட்டித் தொழிலாளர்களின் தொழில் நிலையில் சங்கங்களின் மேம்பாட்டில் ஏற்பட்ட மாற்றத்தைத் தகழி படைத்துக் காட்டுகிறார்.

தோட்டியின் மகன் எழுதப்பட்டது முற்போக்கு இலக்கிய இயக்கத்தின் உச்சகட்டத்திலாகும். சமூகத்தில் நிலவிவந்த ஏற்றத்தாழ்வு

களையும் வேற்றுமைகளையும் போக்குவதற்கு ஊக்கமளிக்கும் வகையில் இருக்க வேண்டும் இலக்கியம் என்ற ஒரு கண்ணோட்டம் அக்காலத்தில் மிகத் தீவிரமாக இருந்தது . தகழி அந்தக் கண்ணோட்டத்தைக் கொண்டு எழுதும் எழுத்தாளராக இருந்தார். ஆனால் தொழிலாளிகளையும் தொழில் சங்கங்களையும் கண்மூடித்தனமாகக் கொள்கைவாதிகளாகக் காட்ட தகழி முயலவில்லை. எந்த ஒரு வாழ்க்கைச் சூழலையும் நபரையும் நிறுவனத்தையும் விமர்சனக் கண்ணோட்டத்தில் காண்பதற்கான திறன் தகழி என்ற எழுத்தாளனுக்கு இருந்தது.

மலையாளத்தைப் பொருத்தவரையில் இலக்கியத்தில் கதையின் கருப்பொருளையும் அழகியல் அணுகுமுறைகளையும் முற்றிலும் மாற்றி அமைத்த படைப்பாகத் தோட்டியின் மகன் இருந்தது. சுத்தத்தையும் அழகையும் போலவே குப்பையும் அழகின்மையும் வாழ்வியல் உண்மைகள் என்ற கண்ணோட்டத்திற்கு அந்த நாவல் வாசகர்களை இட்டுச்சென்றது. அது மரபார்ந்த நமது கற்பனைகளில் மிகப்பெரிய ஒரு மாற்றத்தை ஏற்படுத்துவதாக அமைந்தது. இலக்கியத்தைக் குறித்த கண்ணோட்டத்தையே தலைகீழாக மாற்றிய ஒரு படைப்பாகத் தோட்டியின் மகன் திகழ்ந்தது.

பொதுநிலை வாழ்க்கையின் மறுபுறத்தைத் தேடும் ஒரு போக்கை தகழியின் பல படைப்புகளில் காணலாம். வாழ்க்கையின் முரண்பட்ட நிலைகளில் தான் தகழி கவனம் செலுத்தியிருந்தார். அந்த அணுகுமுறையின் மிகப்பெரிய உதாரணங்களில் ஒன்றே தோட்டியின் மகன் என்ற நாவல். மணத்தைப் போலவே நாற்றமும் அழகைப் போலவே அழகின்மையும் சுத்தத்தைப் போலவே கழிவுகளும் வாழ்விற்கு இன்றியமையாதவையாகும். நகரங்களில் அழகான மாளிகைகளும் கவர்ச்சியான வியாபாரத் தெருக்களும் இருப்பதைப் போலவே சேரிகளும் குப்பை மேடுகளும் காணப்படும். இது ஒரு மறுக்க இயலாத சமூக உண்மையாகும்.

இந்த யதார்த்தத்தை மையப்படுத்திதான் தோட்டியின் மகன் என்ற நாவலைத் தகழி எழுதியுள்ளார். கழிவுகளும் நாற்றமும் மனித வாழ்வின் அடிப்படையான எதார்த்தங்களாகும். அது போன்ற காரியங்களை மறைத்து கற்பனைகளில் அழகையும் மணத்தையும் படைத்துக் காட்டும் படைப்புகளாக இருந்தன அதற்கு முன்பு இருந்தவை. மரபார்ந்த வெளிப்பாட்டு முறைகள் அதுபோன்ற படைப்புகளில் இடம்பெற்றன.

அந்த முறைகளை மிகத்தீவிரமாக எதிர்த்து சமூக வாழ்வின் அடி மட்டங்களில் காணப்படும் பச்சையான உண்மைகளைச் சித்தரிக்கும் தோட்டியின் மகன் நாவலைத் தகழி சிவசங்கரப்பிள்ளை எழுதினார். அது மலையாள எழுத்து மரபில் ஏற்படுத்திய அதிர்சிகளும் தாக்கங்களும் மிகத் தீவிரமாக இருந்தன. அந்நிலையிலான தனித்தன்மை தகழியின் இந்த நாவலுக்கு மலையாள இலக்கிய வரலாற்றிலும் கேரள பண்பாட்டு வரலாற்றில் உண்டு.

அவ்வாறு நோக்கும்போது மலையாளத்தில் இலக்கிய கற்பனைகளை மறு ஆக்கம் செய்த படைப்பாகத் தோட்டியின் மகன் திகழ்ந்தது எனலாம். பண்பாட்டு விமர்சனம் சார்ந்த தனித்தன்மையும் அந்த நாவலுக்கு உள்ளது.

5. ரெண்டிடங்கழி

மலையாள இலக்கியத்தை மட்டுமல்ல கேரள சமூகத்தையும் அரசியல் மயமாக்கியதில் முக்கியமான பங்கு வகித்த நாவலே ரெண்டிடங்கழி. எழுத்தாளன் என்ற நிலையில் தகழி சிவசங்கரப் பிள்ளைக்கு மலையாளத்தில் தலைமை இடத்தை தேடிக் கொடுத்த நூலாகும் இது. மலையாள நாவலின் வரலாற்றிலே ஒரு நாழிகைகல்லாக ரெண்டிடங்கழியைக் காண்கின்றனர். அந்த அளவு தீவிரமான சலனங்களைக் கேரள சமூகத்தில் அந்த நாவல் ஏற்படுத்தியது.

நாவலாசிரியர் என்ற நிலையில் தகழிக்கு இலக்கிய உலகில் அங்கீகாரம் தேடிக் கொடுத்த தோட்டியின் மகன் (1947) ரெண்டிடங்கழி (1948) முதலிய நாவல்கள் கதைக்கருப் பொருள் அடிப்படையில் ஒற்றுமை உடையதான படைப்புகளாகும். தோட்டியின் மகனில் ஆலப்புழா பட்டினத்தில் தோட்டித் தொழிலாளிகள் வர்க்க உணர்வின் அடிப்படையில் ஒருங்கிணைந்து உரிமைகளைப் பெறுவதற்கான திறன் பெற்றதன் கதை கூறப்படுகிறது. ரெண்டிடங்கழியில் குட்ட நாட்டில் விவசாயத் தொழிலாளர்களுக்கிடையில் வர்க்க உணர்வு ஏற்பட்டு உரிமைப் போராட்டங்களில் அவர் முன்னேறியதின் கதை படைப்பாக்கப்படுகிறது. இவ்வாறு ஒத்த நிகழ்வுகள் குறித்து எழுதும் போதும் கலை தன்மையோடும் கதைக்கருப்பொருள் என்ற நிலையிலும் அதிக சிறப்புப் பெற்றதும் அங்கீகாரம் தேடியதும் ரெண்டிடங்கழி நாவலாகும்.

தனக்கு மிகவும் விருப்பமான படைப்பாக தகழி சிவசங்கரப் பிள்ளை கருதி இருந்ததும் ரெண்டிடங்கழி தான். ஒரு நேர்முக உரையாடலின்போது அவர் இவ்வாறு கூறுகிறார். ‘ரெண்டிடங்கழி எனது சொந்த வாழ்வின் ஒரு பகுதியாகும். எனக்கு நேரடியாகக் கிடைத்த அனுபவங்களின் சித்திரிப்பு ஆகும். குட்டநாட்டுக்கு இந்திய வரைபடத்திலும் அதன் வழி உலக வரைபடத்திலும் இந்த நாவல் மூலம் ஒரு இடம் கிடைத்தது என்பதில் எனக்கு மிகுந்த பெருமை உண்டு’.

1940-களில் குட்ட நாட்டின் விவசாய அரங்கத்தைப் பின்னணியாக்கி ரெண்டிடங்கழி எழுதப்பட்டுள்ளது. மனித உறவுகளின் கதை என்ற நிலையில் ஏறக்குறைய ஒரு முக்கோணக் காதல் கதை ஆகும் அது. ஆனால் அதற்கு அப்புறம் அது குட்ட நாட்டின் வேளாண்மை

வாழ்வையும் அங்கிருக்கும் தலித் பிரிவினரான விவசாயத் தொழிலாளிகள் வர்க்க உணர்வு பெற்றதும் கம்யூனிஸ்ட் இயக்கம் அங்கு வேரூன்றியதினுடையதுமான கதை தான் இது. மார்க்சிய முறையிலான வர்க்க விளக்கத்தின் கண்ணோட்டம் ரெண்டிடங்கழியின் கதைக் கருப்பொருள் உருவாக்கத்தில் தகழிக்குத் தெளிவு கொடுத்துள்ளது. இது மலையாள நாவல்களின் அன்றைய பொது மரபிலிருந்து ஒரு பெரும் மாற்றமாக அமைந்தது.

எட்டில்தரையில் காளிப் பறையனின் மகள் சிறுதா அழகியும் ஆரோக்கியவதியுமாவாள். அவள் நல்ல உழைப்பாளி, நாற்று நடவும் அறுவடை செய்யவும் கற்றை அடிக்கவும் எல்லாம் அவள் முன் வரிசையில் இருந்தாள். பருவம் அடைந்தபோது அவளுக்குப் பல திருமண ஆலோசனைகள் வந்தன. ஆனால் காளிப் பறையன் கூடுதலான பரிசப் பணம் கேட்டதால் அந்தத் திருமண ஆலோசனைகள் எதுவும் நடக்கவில்லை. சிறுதாவைக் கண்ட இளைஞர்கள் பலர் அவளை அடைய நினைத்தனர். அப்போதுதான் கோரனுடைய சம்மந்தம் வந்தது. சிறுதாவுக்கும் கோரனோடு விருப்பம் தோன்றியது. சிறுதாவைத் திருமணம் செய்ய வந்த வேறொரு நபர் சாத்தன் ஆகும். ஆனால் காளிப் பறையன் கேட்ட பரிசுப் பணத்தை கொடுத்து சிறுதாவை மணந்தவன் கோரன் ஆவான். அதற்காகப் பணம் கடன் வாங்கியதன் பெயரில் புஷ்பவேலில் அவுசேப்பு பண்ணையாரிடம் கொத்தடிமையாக வேண்டி வந்தது. சிறுதாவைச் சொந்தமாக்குவதற்கான ஆவலில் பண்ணையார் வைத்த நிபந்தனைகளையும் அதன் பின்விளைவுகளையும் பற்றிச் சிந்திக்காமல் அதற்குச் சம்மதித்து கோரன் பணம் வாங்கினான்.

கோரன் பண்ணையாருக்காக வயலில் உண்மையாக வேலை செய்தான். ஆனால் பண்ணையார் அவனைச் சுரண்டிக் கொண்டிருந்தார். அவனுக்குக் கிடைக்க வேண்டிய கூலியைக் கொடுக்காமல் தப்பான கணக்குகளைக் கூறி அவனை ஏமாற்றி கொண்டிருந்தார். பண்ணையாரின் அறிவுரைப்படி காயலில் இருந்து மரக்கட்டைகளை எடுத்து உருவாக்கிய சிறு குடிலில் இருந்தும் அவனது குடும்பத்திற்கு மன நிம்மதி கிடைக்கவில்லை. சிறுதாவை வன்புணர்வு செய்ய முயன்ற பண்ணையாரின் மகன் சாக்கோவை கொன்றதற்காக கோரன் சிறைச்சாலை செல்கிறான். இந்தத் தனி மனித வாழ்வியல் கதைக்கு இணையான குட்ட நாட்டின் விவசாய தொழிலாளர்கள் ஒருங்கிணைந்து

இயக்கமாக வளர்வதன் கதையும் சித்தரிக்கப்படுகிறது. சிறுதாவை அப்போதும் விரும்பிக் கொண்டிருந்த சாத்தன் சிறைச்சாலைக்குச் செல்லும் கோரனின் அறிவுரைப்படி கர்ப்பிணியாக இருந்த சிறுதாவின் பாதுகாப்பை ஏற்றுக் கொண்டான். சாத்தன் ஒரு சகோதரனின் இடத்திலிருந்து அந்தப் பொறுப்பைச் செய்தான். சிறைச்சாலையில் இருந்து திரும்பி வந்த கோரனிடம் சிறுதாவையும் மகனையும் சாத்தன் ஒப்படைக்கிறான். அப்போது நாவல் இவ்வாறு நிறைவுறுகிறது.

“ஒரு போதும் இல்லாத தைரியம் அப்போது சாத்தனுக்கு ஏற்பட்டது. அவன் சிறுதாவின் கையை பிடித்து கோரனின் கையில் கொடுத்து ஆண்மையோடும் தைரியத்தோடும் அவன் இவ்வாறு கூறுகிறான்

‘நாங்கள் அண்ணன் தங்கையாய் இருந்தோம்’ அப்போது சிறுதா தளர்ந்து கோரனின் மார்பில் சரிந்து விழுந்தாள்.

அப்போது பின்னணியில் கேட்ட முத்திரை வாசகங்களுக்கு இணையாக கோரனின் மகனும் கையை உயர்த்தி “விவசாய நிலம் விவசாயிகளுக்கே” என்று முழங்கினான். அங்கு நாவல் நிறைவு பெறுகிறது.

கேரளத்தின் அரசியல் சமூக மாற்றங்களை நுணுக்கமாக விமர்சனம் செய்வதாக தகழியின் நாவல்கள் அமைகின்றன. அந்தத் தனித்தன்மை வெளிப்படையாகப் பதிவாகியுள்ள நாவலே ரெண்டிடங்கழி. இருபதாம் நூற்றாண்டின் பகுதியில் கேரளத்தில் வேளாண்துறையில் ஜமீன்தார்களுக்கு எதிராக உருவாகிவந்த விவசாய முன்னேற்றத்தின் காத்திரமான ஒரு முகத்தை தான் ரெண்டிடங்கழியில் தகழி காட்சிப்படுத்துகிறார். விவசாய நிலம் மண்ணில் உழைப்பவர்களுக்குச் சொந்தமானது என்ற அரசியல் கொள்கை குறித்து நாவல் பேசுகிறது.

அப்படிப்பட்ட ஒரு அரசியல் நிலைப்பாடு தோன்றுவதற்குக் காரணமாக குட்டநாட்டில் தலித் விவசாயத் தொழிலாளர்களுக்கிடையில் உருவாகும் வர்க்க உணர்வின் வளர்ச்சியும் அதனடிப்படையில் விவசாய சங்கங்கள் உருவாவதும் உரிமைப் போராட்டங்கள் உயர்ந்து வருவதும் ரெண்டிடங்கழியில் சித்தரிக்கப்பட்டுள்ளன. இந்த உரிமை குறித்த விழிப்புணர்வின் வளர்ச்சியைத் தலைமைக் கதாபாத்திரங்களோடு உணர்வு ரீதியாக இணைத்து உருவாக்கிய கதையே ரெண்டிடங்கழி நாவல்.

அது ஒரு நாட்டுப்புறக் கதை வடிவத்தோடு அந்த தனித்தன்மையான வாழ்வியல் சூழலுக்கு இணங்கி எளிய மொழியில் எழுதப்பட்டுள்ளது. இயல்பானதும் தனித்தன்மை மிக்கதுமான படைப்பாக்க முறை ரெண்டிடங்கழியின் சிறப்பம்சமாகும்.

சாதாரணமாக ஆண் பெண் உறவுகளின் விரிசல்களையும் சிக்கல்களையும் படைப்பாக்குவதில் தகழிக்கு அதிக விருப்பம் உள்ளது. ஆனால் குட்ட நாட்டின் தலித்திய வாழ்வைப் படைப்பாக்கும் போது கொள்கை வாதியாகப் படைக்கிறார். பெண்ணின் கற்பையும் தாம்பத்தியத்தின் புனிதத்தையும் உயர்த்தும் முறையில் ரெண்டிடங்கழி தாம்பத்திய உறவைச் சித்தரிக்கிறது.

குட்டநாட்டின் வயல்வெளிகளுக்கு ஒரு தனித்தன்மை உள்ளது. அது இயற்கையாக உருவான வயல்வெளிகள் அல்ல. அது விவசாயத் தொழிலாளர்கள் உயிரைப் பணயம் வைத்து இயற்கையோடு போரிட்டு உருவாக்கியவை ஆகும். அதற்கு மூலதனம் இட்டது மட்டுமே பண்ணையார் ஆகும். அப்படியான தனித்தன்மை மிக்க தைரியம் காட்டிய குட்ட நாட்டின் புலையர்கள் வாழ்வில் வரலாற்று ரீதியில் சூழலால் ஏற்பட்ட இன உணர்வின் வளர்ச்சியின் தோற்றமே ரெண்டிடங்கழி என்ற நாவலின் கதை கருப்பொருளின் முக்கியப் பகுதி. விவசாயம் ஒரு வாழ்வியல் முறை என்ற நிலையிலிருந்து தொழில் என்ற நிலைக்கு மாறியதன் கதை தான் இங்கு படைக்கப்பட்டுள்ளது. இந்த நிகழ்வுகளுக்கு இடையில் நாட்டுப்புற வேளாண்மைப் பண்பாட்டின் விழுமிய வீழ்ச்சி ஏற்படுகிறது. அதன் பலனாக அந்தப் பண்பாட்டின் பகுதியான சாதாரண விவசாயிகளிடமும் விவசாயத் தொழிலாளிகளிடமும் ஏற்பட்ட இயலாமையின் பின்னணியில் குட்டநாட்டின் விவசாயத் தொழிலாளர்களின் இன உணர்வு மேம்பட்டு வளர்ந்தது. வளரந்துகொண்டிருந்த கம்யூனிஸ்டு இயக்கம் அதை ஊக்குவிப்பதாக இருந்தது. அதன் விளக்கமான புனைவு ரெண்டிடங்கழியில் இடம் பெற்றுள்ளது.

அக்காலத்தில் மார்க்ஸிய கொள்கையோடு தகழிக்கு இருந்த தீவிரமான ஈடுபாட்டின் வெளிப்பாடே ரெண்டிடங்கழி என்ற நாவல். ஆனால் பிற்காலத்தில் அந்தக் கொள்கையையும் கேரள சமூகத்தில் அதன் பயன்பாட்டு வடிவங்களையும் தகழி விமர்சன அணுகுமுறையோடு அணுகியுள்ளார். இருப்பினும் அவற்றில் பலவற்றிலும் மார்க்சிய

கொள்கையின் மனித நேய கொள்கைகளைக் காண இயலும். ஒரு அடிப்படை அரசியல் தத்துவத்தின் எளிமையான உத்வேகம் மிக்க ஒரு படைப்பே ரெண்டிடங்கழி. கேரளத்தில் இடதுசாரி அரசியல் வளர்ச்சியின் மிகவும் தீவிரமான வலுவான புனைவாக்கமே ரெண்டிடங்கழி நாவலில் செய்யப்பட்டுள்ளது. கிராமப்புற மக்களான விவசாய தொழிலாளர்களின் வாழ்வியலை இயல்பும், எதார்த்தமுமான முறையில் எளிய மொழியில் தகழி ரெண்டிடங்கழி நாவலில் படைத்துக் காட்டுகிறார். அது வாசகர்களின் மனதில் மிக ஆழமான சலனங்களை ஏற்படுத்தியது. ஒரு புதிய கதை அனுபவத்திற்கு மலையாள வாசகர்களின் சமூகத்தை இட்டுச் சென்றது. அதனால்தான் அது வரலாற்றில் மட்டுமல்ல இலக்கிய வரலாற்றிலும் சலனங்களை ஏற்படுத்தியது. அந்தச் சலனங்கள் இன்றும் நிற்காமல் தொடர்கின்றன.

6. செம்மீன்

தகழி சிவசங்கரப்பிள்ளையின் மிகவும் புகழ்பெற்ற, அங்கீகரிக்கப்பட்ட நாவலே செம்மீன். தனக்கு மிகவும் அறிமுகமான அம்பலப்புழைக்கு அருகில் உள்ள புறக்காட்டு கடற்கரையின் மீனவர்களான அரையர் இன வாழ்வியல் சூழல்தான் இந்த நாவலின் சமூகப் பின்னணி. எங்கும் வியாபித்திருக்கும் கடலின் பின்னணியைக் கொண்டு எழுதப்பட்ட ஒரு காதல் கதையே செம்மீன். காதலின் வெற்றிக்குத் தடையாக இருக்கும் சமூகக் காரணிகள் அந்தக் கதையை ஒரு துன்பவியல் கதையாக மாற்றிவிட்டன. அரையர் இன மக்களின் நம்பிக்கைகளும் பழக்க வழக்கங்களும் இதனோடு இணைந்தபோது நாவலுக்கு மிகுந்த பொலிவும் ஆழமும் கிடைத்தன.

செம்மீன் நாவலை அடிப்படையாகக் கொண்டு ராமு காரியாட் இயக்கிய அதே பெயரில் அமைந்த திரைப்படம் தேசிய அளவில் சிறந்த திரைப்படத்திற்கான இந்தியக் குடியரசுத் தலைவரின் தங்கப் பதக்கம் பெற்றதோடு தகழியின் நாவலுக்குப் புகழ் கூடியது. அந்த அங்கீகாரம் கிடைக்கும் முதல் மலையாளத் திரைப்படமாக அது இருந்தது. பிற்காலத்தில் இந்தியத் திரைப்பட உலகில் செவ்வியல் தன்மையுடைய திரைப்படமாக அங்கீகரிக்கப்பட்ட திரைப்படமானது செம்மீன். இந்தக் காரணிகள் எல்லாம் செம்மீன் என்ற நாவலின் புகழ் பெருகுவதற்குக் காரணமாக அமைந்தன.

அதுவரை செய்திருந்த படைப்பாக்க முயற்சிகளில் இருந்து மாறுபட்ட ஒரு முறையைத் தகழி செம்மீன் நாவலில் கையாண்டார். கேரளத்தின் சமூக மாற்றங்களின் பின்னணியில் தனித்தன்மை மிக்க சமூகப் பிரிவுகளை மையப்படுத்தி எழுதப்பட்டதே இந்த நாவல். வர்க்க உறவுகள் அடிப்படையில் சமூகத்தில் வரும் மாற்றங்களின் தத்துவார்த்தமான உறவு நிலைகளை உற்று நோக்கி எழுதிய படைப்புகளே அவை. அவற்றில் மனித வாழ்வியல் சூழல் உருவாக்கத்தில் தனது சமூக அரசியல் நோக்கங்களுக்கு மிகுந்த முக்கியத்துவம் அளித்து உள்ளார். ஆனால் அதுபோன்ற காரணிகளைப் புறந்தள்ளி மனிதர்களின் உணர்வுகளுக்கு முக்கியத்துவம் கொடுத்து எழுதப்பட்ட புனைவே செம்மீன். தலைமைக் கதாபாத்திரங்கள் சார்ந்த சமூகத்தின் சில நம்பிக்கை, பழக்க வழக்கங்களைப் படைப்பின் ஆழத்தில் ஊன்றி சில தனித்தன்மை

மிக்க மதிப்பீடுகளை உருவாக்கவும் தகழியால் இயன்றுள்ளது.

புறக்காட்டு கடற்கரையில் அரையன் இனத்தைச் சார்ந்த மீனவனே செம்பங் குஞ்சு. அவருடைய மனைவி சக்கி. அவர்களுக்கு இரண்டு பெண் குழந்தைகள் இருந்தனர். குமரிப் பெண்ணான கருத்தம்மாவும் விடலைப் பருவத்தில் உள்ள பஞ்சமியும். செம்பங்குஞ்சு உழைப்பாளியும் தந்திரசாலியும் ஆவான். தனக்குச் சொந்தமாக ஒரு படகும் வலையும் வாங்க வேண்டும் என்பது அவனுக்கு நீண்ட நாள் ஆசை. அவன் யாரையும் கண்டு கொள்ளாத முரட்டு குணம் உடையவன். அந்தக் கடற்கரைக்கு மீன் வியாபாரம் செய்யத் தந்தையோடு சிறுவயது முதலே அங்கு வருபவன் பரீகுட்டி. கருத்தம்மாவும் அவனும் இளமைக்காலம் முதலே ஒன்றாகப் பழகி வளர்ந்தவர்கள்.

இஸ்லாம் சமூகத்தைச் சார்ந்த பரீகுட்டியைக் கருத்தம்மா சின்ன முதலாளி என்று அழைப்பது வழக்கம். மெல்ல மெல்ல அவர்களது உறவு காதலாக மலர்கிறது. இளமை தீர்வதற்குள் கருத்தம்மாவைத் திருமணம் செய்து அனுப்ப வேண்டும் என்பதுதான் சக்கியின் விருப்பம். ஆனால் அதைவிடச் சொந்தமாகப் படகும் வலையும் வாங்குவதற்கு தான் செம்பங்குஞ்சு முக்கியத்துவம் அளித்தான். பிறரைக் கருத்தில் கொள்ளாத ஒரு பிடிவாதக்காரனாக இருந்தான் செம்பங்குஞ்சு. சக்கிக்கு மகளுடைய திருமணத்தைக் குறித்து அவரிடம் சொல்ல பயமாக இருந்தது. பெண் தவறு இழைத்தால் கடற்கரை நாசமாகிவிடும் என்று ஒரு நம்பிக்கை அரையர் இன மக்களிடம் இருந்தது. எனவே மகளின் திருமணத்தைக் குறித்து செம்பங்குஞ்சுவிடம் சொல்ல வேண்டும் என்று அவனது நண்பர்கள் கருதினர். ஆனால் அவனது குணத்தைத் தெரிந்தவர்கள் அதைச் சொல்ல அஞ்சினர். மகளைக் குறித்த சிந்தனை சக்கிக்கு தீராத கவலையாக இருந்தது.

படகும் வலையும் வாங்குவதற்காகச் செம்பங்குஞ்சு பரீகுட்டியிடம் பணம் கடன் வாங்குகிறான். ஒரு கோணத்தில் கருத்தம்மாவிடம் பரீகுட்டிக்கு இருந்த விருப்பத்தை செம்பங்குஞ்சு பயன் படுத்துவதாக இருந்தது. பரீகுட்டியோ வியாபாரத்திற்கு வைத்திருந்த பணத்தை எடுத்து செம்பங்குஞ்சுவுக்குக் கொடுக்கிறான். சொந்தப் படகில் வலையைக் கொண்டு கடலில் இறங்கிய செம்பங்குஞ்சுவுக்கு நிறைய மீன் கிடைக்கிறது.

ஆனால் தனக்கு முன்பணம் தந்த பரீகுட்டியைக் கண்டுகொள்ளாமல் ரொக்கமாகப் பணம் தந்தவர்களுக்குச் செம்பங்குஞ்சு தான் பிடித்து வந்த மீனைக் கொடுக்கிறான். அது பரீகுட்டியை திகைப்படையச் செய்தது. தனது தந்தையின் நடவடிக்கை கருத்தம்மாவுக்கு மிகுந்த மன வருத்தத்தை அளித்தது. செம்பங்குஞ்சு அவ்வாறு செய்தது சக்கியையும் வருத்தத்தில் ஆழ்த்தியது. பரீகுட்டி பணமும் வியாபாரமும் இல்லாமல் அடிக்கடி சோர்ந்து போனான். அதற்கிடையில் சொந்த பந்தங்கள் இல்லாத நாடும் வீடும் இல்லாத அந்தக் கடற்கரைக்கு வந்து சேர்ந்த பழனி என்ற மீனவனுக்குச் செம்பங்குஞ்சு கருத்தம்மாவை வரதட்சணை கொடுக்காமல் திருமணம் செய்து கொடுக்கிறான். திருமணத்திற்குப் பிறகு பழநியோடு அவனது ஊருக்குக் கருத்தம்மா செல்கிறாள். கருத்தம்மாவுக்கு பரீகுட்டியுடன் உறவு இருந்தது என்பதை அறிந்த பழனியின் நண்பர்கள் அவனோடு படகில் போக முன்வரவில்லை. கடலில் வைத்து ஏதாவது விபத்து ஏற்படும் என்று அவர்கள் அஞ்சினர். பழனி தனியாக ஒரு சிறு படகில் ஏறி கடலில் சென்று மீன் பிடித்தான். கருத்தம்மாவும் மீன் வியாபாரத்திற்குப் போகத் தொடங்கினாள். அவர்களது வாழ்வு இயல்பாகத் தொடங்கியது. கருத்தம்மா போன பிறகு பரீகுட்டி கடற்கரையில் மனநிலை பாதித்து அலைந்து திரிந்தான். பரீகுட்டிக்குக் கொடுக்க வேண்டிய பணத்தைக் குறித்த சிந்தனை சக்கியை மன வருத்தத்திற்கு உள்ளாக்கியது. சக்கி நோய்வாய்ப் படுகிறாள். மகளது தாம்பத்திய வாழ்வு வெற்றி பெறுமோ இல்லையோ என்ற பயம் நோயோடு சேர்ந்த போது நோய் தீவிரமானது. சக்கி இறந்து விடுகிறாள். சக்கியின் மரணச் செய்தியைக் கருத்தம்மாவிடம் சொல்வதற்குப் பரீகுட்டி செல்கிறான். அந்தச் சந்திப்பு இருவரையும் உணர்ச்சிக் கொந்தளிப்பில் தள்ளியது. அதைக் குறித்து அறிந்த பழனியும் மன உளைச்சல் படுகிறான். சக்கி இறந்த பிறகு செம்பங்குஞ்சு ஒரு நாள் ஒரு மீனவனின் மனைவியான பாப்பி குஞ்சை திருமணம் செய்தான். பாப்பி குஞ்சுவையும் அவளது குழந்தையையும் சேர்த்து பாதுகாக்க வேண்டிய பொறுப்பு செம்பங்குஞ்சுவிடம் வருகிறது. தீய குணமுடைய அந்தப் பையன் செம்பங்குஞ்சுவின் பணத்தைத் திருடுகிறான். மகிழ்வதற்காகத் தொடங்கிய புதிய தாம்பத்திய உறவு அவன் எதிர்பார்த்தது போல் அல்லாமல் முடிந்தது. அவன் மொத்தத்தில் சமநிலை இழக்கும் தன்மையில் இருந்தான்.

அந்தச் சூழ்நிலையில் வேறு வழியில்லாமல் பஞ்சமி கருத்தம்மாவிடம் போய்ச் சேர்கிறாள். அவளிடமிருந்து தந்தையினுடைய, பரீகுட்டியினுடைய நிலையைக் கருத்தம்மா கேட்டறிகிறாள். பரீகுட்டி குறித்து ஆவலோடு பஞ்சமியுடன் பேசுவதைக் கேட்ட பழனி சுய கட்டுப்பாட்டை இழக்கிறான். அந்தக் கோபத்தில் பழனி ஒற்றைக்குப் படகில் ஏறி ஆழ்கடலுக்கு இரவில் செல்கிறான். அவனுடைய தூண்டிலில் ஒரு மிகப் பெரிய சுறா மீன் சிக்குகிறது. அதற்குப் பின்னால் சென்ற அவன் கடலில் திசை தெறியாமல் சிக்கிக் கொள்கிறான்.

இதற்கிடையில் செம்பங்குஞ்சுவின் நிலையை அறிவிப்பதற்கு பரீகுட்டி கருத்தம்மாவிடம் செல்கிறான். பரீகுட்டியைக் கண்டவுடன் கருத்தம்மா எல்லாவற்றையும் மறக்கிறாள். தான் திருமணமானவள் என்பதை மறந்து பரீகுட்டியின் அணைப்பினுள் ஒதுங்குகிறாள். அப்போது சிறு படகில் போன பழனி புயலில் அகப்பட்டு கருத்தம்மா என்று கூவிக் கொண்டு மரணத்திற்கு அடிபணிகிறான். மறுநாள் பரீகுட்டியினுடையவும் கருத்தம்மாவினுடையவும் பிணங்கள் கடற்கரையில் ஒதுங்கின. பஞ்சமி கருத்தம்மாவின் கைக்குழந்தையுடன் கடற்கரையில் நிற்கிறாள்.

இந்தக் காதல் கதைக்குத் தனித்தன்மை கொடுப்பது அதன் சிறப்புமிக்க இடச் சூழல் பின்னணி ஆகும். ஒரு சர்வ தேசிய தன்மை அந்த காதல் கதைக்கு கொடுப்பதற்குக் கடலின் பின்னணி மிகவும் பயன்பட்டுள்ளது. அதேவேளையில் நாவலில் கதாபாத்திரங்கள் சமூக வெளி சார்ந்த வட்டாரத் தன்மை மிக்கவையாகும். புறக்காடு கடற்கரையில் அரய சமூகத்தின் சில தனித்தன்மை மிக்க நம்பிக்கைகள்தான் ஒரு தொன்மத்தின் அல்லது வட்டார நம்பிக்கையின் தளத்தில் இந்த நாவலில் செயல்பட்டுள்ளது. கரையில் இருக்கும் மீனவப் பெண்ணின் கற்பு தான் கடலில் போகும் அவளது கணவனின் பாதுகாப்பு வளையம் என்ற நம்பிக்கை தான் அதில் குறிப்பிடத்தகுந்தது. பழனி ஆழ்கடலில் மரணத்திற்கு அடிபணியும் போது கருத்தம்மா என்று அழைத்துக்கொண்டு இறக்கிறான். அந்த நேரத்தில் அவள் பரீகுட்டியின் அணைப்பினுள் இருக்கிறாள். இங்கு ஒரு மூட நம்பிக்கையை தீவிரப்படுத்தி காட்டுகிறது நாவல் என்ற ஒரு விமர்சனம் எழுந்தது. ஆனால் செம்மீன் என்ற நாவலுக்கு இயல்பான அழகைக் கொடுப்பதில் அடங்கியுள்ள இதுபோன்ற இயல்பான காரணிகளின் சரியான கலவையாகும்.

தோட்டியின் மகன், ரெண்டிடங்கழி முதலிய புனைவுகளை எழுதிய தகழி செம்மீன் எழுதியபோது அது மீனவத் தொழிலாளர்கள் வர்க்க சக்திகளாக இணைந்து வளர்வதன் கதை கூறுவதாக இருக்கும் என்று இலக்கிய உலகம் எதிர்பார்த்தது. ஆனால் அதிலிருந்து முற்றிலும் வேறுபட்டு துன்பவியல் முடிவை கொண்ட ஒரு கற்பனைக் காதல் கதை தான் அதில் வந்தது. அதற்கு மூல தொன்ம வடிவத்தைக் கொடுக்கத் தகழிக்கு இயன்றது.

பல பரிமாணங்களுடைய நாவலாகும் செம்மீன். அது முதல் நிலையில் புறக்காட்டு கடற்கரையின் அரைய சமூகத்தினுடைய வட்டார அடையாளங்களைத் தொகுத்தளிக்கிறது. இந்துப் பண்பாட்டை பின்பற்றுபவர்கள் தான் அரய சமூகத்தினர். அவர்களின் வாழ்க்கை முறைகளிலும் சடங்கு சம்பிரதாயங்களிலும் பழக்க வழக்கங்களிலும் அதன் முத்திரைகள் இருப்பதைக் காணலாம். அவர்களது பேச்சு வழக்கிலும் சூழ்நிலையிலும் அது தெளிவாகத் தெரிகிறது. குறிப்பாகத் துணைக் கதாபாத்திரங்களின் உருவாக்கத்தில் இந்தத் தளம் தெளிந்து நிற்கிறது. இரண்டு மதங்களைச் சார்ந்தவர்களாக இருப்பதால் கருத்தம்மாவுக்கும் பரீகுட்டிக்கும் இடையிலான காதல் உறவிற்குத் திருமணம் என்ற முடிவு ஏற்படாமல் போனது. சாதியினுடையவும் மதத்தினுடையவும் தீவிரமான கட்டமைப்புகளில் வாழ்கின்ற அந்த நாட்டுப் புற சமூகத்தினுடைய நீதி மறுப்புக்கள் மனித விதியை நிச்சயித்ததின் இரைகளே அந்தக் காதலர்கள். அந்த நிலையில் சமூக முறைமைகளின் கடுமையான சட்டங்களே செம்மீன் என்ற காதல் கதையைத் துன்பவியல் கதையாக மாற்றுகின்றன.

கடலுக்குப் போகும் மீனவனுடைய பாதுகாப்பு கரையில் இருக்கும் மனைவியின் கற்பில் அடங்கியுள்ளது என்பது அரையர் இன மக்களின் பழங்கால நம்பிக்கையாகும். ஒவ்வொரு மீனவப் பெண் குழந்தையும் வளர்ந்து வரும் போது கடற்கரையிலிருந்த வாழ்க்கைச் சூழலிலிருந்து இந்த நம்பிக்கை குறித்த புரிதல் உடையவர்களாக வளர்கின்றனர். தவறுகளில் விழுந்து விடாமல் அந்த எண்ணம் அவளை எப்போதும் பாதுகாக்கிறது. தெரியாமல் அந்த விலக்கை மீறி சென்றவள் கருத்தம்மா. அறிவினால் அதை விளக்க முடியாது எனினும் கருத்தம்மா பரீகுட்டியின்

அணைப்பினுள் ஒதுங்கும் சூழ்நிலையில் பழனி கடல் சுழியில் மூழ்கி இறப்பதோடு எதார்த்தத்தை மிஞ்சிய ஒரு தளம் அந்தக் கதைக்கு வந்து சேர்கிறது. செம்மீன் மூட நம்பிக்கையை வளர்ப்பதாகும் என்ற ஒரு விமர்சனம் அந்த காலத்தில் எழுந்திருந்தது. அது நம்பிக்கைக்குரிய குடும்ப உறவுக்கு அடிப்படையான விழுமியத்திற்கு முக்கியத்துவம் கொடுக்கிறது என்ற மறு வாதமும் எழுந்திருந்தது. பிற்கால விமர்சனம் அதற்குமேல் நாவலின் கற்பனைத் தன்மையை போற்றும் சிறப்பான சூழலை உருவாக்கும் மூலத் தொன்மமாக இந்த நம்பிக்கையைக் கண்டது.

பொருளாதார உறவின் ஒரு தளமும் செம்மீனில் உள்ளது. படகும் வலையும் அதன் கதைக் கூறாகும். பொருளாதாரப் பேராசையோடு செயல்படும் செம்பங்குஞ்சு நாவலின் துன்ப முடிவுக்குக் காரணமாகச் செயல்படுகிறான். செம்பங்குஞ்சு பரீகுட்டியிடம் இருந்து வாங்கிய பணத்தைத் திருப்பி கொடுக்காததால் ஏற்பட்ட அனுதாப உணர்வு இரண்டாம் கட்டத்தில் கருத்தம்மா பரீகுட்டிக்கு முக்கியத்துவம் கொடுக்கக் காரணமாக அமைந்தது. தனித்தன்மை மிக்க சில உளவியல் மாதிரிகளாக செம்பங்குஞ்சு முதலிய கதாபாத்திரங்கள் திகழ்கின்றனர். செம்பங்குஞ்சு போன்ற கதாபாத்திரமே ரெண்டிடங்கழியில் சிறுதாவின் தந்தை எட்டில் தரையில் காளிப் பறையன். பின்னால் இந்தக் கதாபாத்திரங்களின் ஒரு மேம்பட்ட வடிவத்தை ஏணிப்படிகளில் கேசவப் பிள்ளையிடம் காண முடியும்.

சமூக, ஒழுக்கமதிப்பீடுகளைக் குறித்த ஆழமான கண்ணோட்டங்களை அளிப்பதே செம்மீன் நாவல். ஆண்-பெண் உறவுகளைக் காதல், திருமணம், சமுதாயம் என்ற நிறுவனங்களின் தனித்தன்மை மிக்க சூழலில் வைத்து சிக்கலாக்கம் செய்கிறார் தகழி. அது போன்ற காரணிகள் நாவலின் உள்ளே அதிகரிக்கும் போதும் மேல்மட்டத்தில் அது சாதாரண மக்களின் சாதாரண வாழ்வியலின் அசாதாரணமான மாற்றத்தை கலைநயத்தோடு கலந்து கற்பனை மிகுந்த ஒரு முருகியல் தன்மையுள்ள படைப்பாக்கமாக உயர்ந்து நிற்கிறது.

7. ஏணிப்படிகள்

செம்மீன் வெளியிட்டதற்கு பிறகு வெளிவந்த தகழியின் நாவல்களில் மிகவும் கவனிக்கப்பட்டதும், விவாதத்துக்கு உள்ளானதுமான நாவல் ஏணிப்படிகள் ஆகும். செம்மீன் வெளியிட்ட உடனே அவருக்கு கிடைத்த புகழும் அங்கீகாரமும் மிகவும் குறிப்பிடத் தகுந்ததாக இருந்தன. மிகைப்படுத்திக் கூறுவதாகத் தோன்றினாலும் செம்மீன் என்ற நாவலை வாசகர்கள் கடையில் வரிசையில் நின்று வாங்கினார்கள்.

கடலின் சர்வ தேசிய பின்னணியில் மீனவத் தொழிலாளர்களின் வாழ்வியல் சூழல்களையும் பண்பாடுகளையும் நம்பிக்கைகளையும் முன்வைத்து எழுதப்பட்ட சிறப்பான துன்பவியல் காதல் கதையின் கற்பனை வெளிப்பாடு என்ற நிலையில் செம்மீன் பரவலாக அங்கீகரிக்கப்பட்டது.

இந்தச் சூழலில்தான் மலையாளத்தின் தரமான சமகால வெளியீடான மாத்ருபூமி வார இதழில் தொடர் கதையாக வெளியிடுவதற்காகப் பத்திரிக்கை ஆசிரியர் என்.வி. கிருஷ்ண வாரியர் தகழியிடம் ஒரு நாவல் எழுதித் தரும்படி பலமுறை கேட்டுக்கொண்டார். தனது ஒரு சிறந்த நாவல் தான் அந்த மாத்ரு பூமி வார இதழில் வரவேண்டும் என்பதில் கவனமாக இருந்தார் தகழி.

அதற்காகவே அவர் ஏணிப்படிகள் எழுதினார். அதுவரை வெளிவந்த தகழியின் நாவல்களை ஒப்பிட்டுப் பார்க்கும்போது விரிவான பின்னணியில் அகலமான, ஆழமான வாழ்வியலைப் படைப்பாக்கம் செய்த மிகப்பெரிய ஒரு நாவலே ஏணிப்படிகள். தொடர்கதையாக வெளியிட்டதால் உடனுக்குடனான வாசகர்களின் கருத்துகளைத் தகழியால் அறிந்து கொள்ளவும் முடிந்தது.

1961-இல் தான் ஏணிப்படிகள் வார இதழில் தொடர்கதையாக வெளிவரத் தொடங்கியது. வார இதழில் முழுமையாக வெளிவந்த பிறகு சில பகுதிகளை மீண்டும் மாற்றி எழுதி 1964-ல் முழுமையான ஒரு நாவலாக வெளியிடப்பட்டது. மலையாள இலக்கிய உலகம் ஏணிப்படிகள் என்ற நாவலை அதற்குத் தகுதியான அங்கீகாரத்தோடு ஏற்றுக்கொண்டது. நாவலுக்கான 1965-ஆம் ஆண்டு கேரள சாகித்திய

அகாதமி விருது ஏணிப்படிகள் நாவலுக்குக் கிடைத்தது. தகழியின் மிகச் சிறந்த நாவல்களுள் ஒன்று என்ற அங்கீகாரத்தைப் பெற்று விரிவான விவாதங்களுக்கு உட்படுத்தப்பட்டது.

தகழியின் முக்கியமான நாவல்களுக்கு இருக்கும் ஒரு பொதுத் தன்மை என்னவென்றால் பொதுவாக அவை ஏதாவது ஒரு குறிப்பிட்ட சமூகத்தை மையமிட்டு, பின்னணியாக்கி எழுதப்பட்டவையாகும். ரெண்டிடங்கழி குட்டநாட்டின் விவசாய தொழிலாளர்களின் பின்னணியைக் கூறுவதாகும்.

தோட்டியின் மகன் ஆலப்புழையில் தோட்டித் தொழிலாளர்களுடைய வாழ்வியலை முன்னிறுத்தியதாகும். செம்மீன் புறக்காட்டு கடற்கரையில் மீனவர்களின் வாழ்வியலை மையமிட்டதாகும். அந்த நிலையில் பார்க்கும்போது ஏணிப்படிகள் ஆட்சித் தலைமை பீடமான தலைமைச் செயலகத்தை பின்னணியாகக் கொண்டு அரசு அதிகாரிகளை மையப்படுத்தி எழுதியதாகும்.

இவ்வாறு குறிப்பிட்ட ஒரு தொழிற்பகுதியை மையமிட்டு எழுதிய நாவல்கள் மலையாளத்தில் அதிகமாக இல்லை. மலபாரில் தொடக்கப் பள்ளி ஆசிரியர்களின் வாழ்க்கை நிலைகளையும் போராட்ட வரலாற்றையும் மையப்படுத்தி செறுகாடு எழுதிய முத்தசி என்ற நாவல் தான் இந்த வகைமையில் பட்ட மலையாளத்தில் புகழ்பெற்ற ஒரு நாவல்.

விடுதலை பெற்ற இந்தியாவில் மாநில உருவாக்கத்திற்குப் பிறகு உருவான கேரள மாநிலத்தில் பொதுத்தேர்தல் வழியாக அதிகாரம் பெற்ற அமைச்சரவை வந்தது 1957-இல் ஆகும். அந்தக் காலகட்டம் வரையிலான முப்பது ஆண்டுகளை கேரளத்தின் இன்னும் குறிப்பாக திருவிதாங்கூரின் அரசியல் வரலாற்றின் பின்னணியில் தான் ஏணிப்படிகள் எழுதப்பட்டுள்ளது.

மன்னராட்சியிலிருந்து மக்களாட்சிக்கு மாறிய சமூக மாற்றப் பின்னணி தான் அந்த அரசியல் வரலாற்றின் முக்கியமான பகுதி. அதன் பகுதியில் காங்கிரஸ் கட்சியில் இருந்து கம்யூனிஸ்ட் கட்சியின் தலைமையிலான ஆட்சி மாற்றமும் உள்ளது. இது சித்தரிப்பது

அரசாங்கத்தின் அதிகார மையமான தலைமை செயலக அதிகாரி கேசவப் பிள்ளை அலுவலகப் பணியில் படிப்படியான உயர்வு பெறுவதன் அடிப்படையில் ஆகும்.

வேறொரு கோணத்தில் கேசவப்பிள்ளை என்ற கதாபாத்திரம் அலுவலகப் பணி உயர்வின் ஏணிப்படிகள் ஏறுவது மட்டுமல்ல கேரள மக்கள் அரசியல் மேம்பாடு பெறுவதன் ஒரு சித்திரமும் ஏணிப்படிகளில் படைத்துக் காட்டப்படுகிறது.

கேரளத்தின் அதிகார மையமான திருவனந்தபுரம் நகரத்தின் மையப் பகுதியான தலைமைச் செயலகம்தான் ஏணிப்படிகளின் பின்னணி. சுதந்திரம் கிடைப்பதற்கு முன் திவான் தான் தலைமை செயலகத்தில் தலைமை பொறுப்பில் இருந்தார்.

பிற்காலத்தில் அந்தப் பதவி முதலமைச்சருக்கு வந்து சேர்ந்தது. அதற்குக் கீழ் உண்மையில் ஆட்சி செய்யும் முதன்மைச் செயலரும் அலுவலகப் பணியாளர்களும் செயல்பட்டனர். இவர்கள் அனைவரும் சேர்ந்து மக்கள் வாழ்வின் விதியை தீர்மானிக்கும் அதிகார வெளியீட்டின் மையப்பகுதியே தலைமைச் செயலகம்.

அம்பலப்புழைக்கு அருகில் உள்ள ஒரு குட்டநாட்டின் கிராமத்தில் நடுத்தர நாயர் குடும்பத்தில் பிறந்த ஒரே மகன்தான் கேசவப் பிள்ளை. விவசாயியான தந்தை பொருளாதாரச் சிக்கல்களுக்கு இடையிலும் மகனைத் திருவனந்தபுரத்திற்கு அனுப்பி கல்லூரியில் படிக்க வைத்தார். பி.ஏ. பட்டம் பெற்ற கேசவப்பிள்ளை திருவனந்தபுரத்தில் தங்கி ஒரு அரசுப் பணிக்காக முயன்று கொண்டிருந்தார். இந்தச் சூழ்நிலையில்தான் நாவலின் கதை தொடங்குகிறது.

கேசவப்பிள்ளை எல்லா நாளும் முதன்மைச்செயலரின் அலுவலக வீட்டில் கதவுக்கு அருகே காத்து நின்று அவருடைய வாகனம் கடந்து செல்லும்போது குனிந்து வணங்குவார். இந்தக் காட்சி நிரந்தரமாக நடந்தபோது முதன்மை செயலர் அவரைக் கவனித்தார்.

கேசவப் பிள்ளையின் மீது கருணை கொண்ட முதன்மைச் செயலர் அவருக்கு தலைமைச் செயலகத்தில் 15 ரூபாய் சம்பளத்தில் கீழ்நிலையில் உள்ள ஒரு குமஸ்தா வேலை கொடுத்தார். மன்னராட்சி

நிலை கொண்டிருந்த அந்தக் காலத்தில் அவ்வாறெல்லாம் நடப்பது சாதாரணமாக இருந்தது. நாவலில் காலம் குறிப்பாகக் கூறவில்லை. எனினும் பல காரணிகளை ஆய்ந்து பார்க்கும்பொழுது 1930-ம் ஆண்டு அல்லது அதற்கு சற்று முன்பாக இருக்க வேண்டும்.

கேசவப்பிள்ளை தலைமைச் செயலகத்தில் வேலைக்குப் போன காலம். அந்த குமஸ்தா பணிதான் கேசவப் பிள்ளையின் தொடக்ககால அலுவலக வேலை. தலைமைச் செயலகத்தில் வேலை கிடைத்து சிறிது காலத்திற்குள் உயர் அதிகாரிகளை மணி அடித்தும் அதிகார மையங்களின் ஒருதலை பட்சம் பிடித்தும் தந்திரமான செயல்பாடுகள் வழி அலுவலகத்தில் பணி உயர்வு பெறுவதின் சூட்சுமங்கள் பலதையும் கேசவப்பிள்ளை தெரிந்து கொண்டார். அதோடு எப்படியாவது பணி உயர்வு பெற வேண்டும் என்ற ஆசை அவருக்கும் ஏற்பட்டது.

உடன்வேலை செய்யும் திருவனந்தபுரத்தைச் சார்ந்த தங்கம்மாவுடன் கேசவப்பிள்ளைக்கு விருப்பம் ஏற்பட்டது, அது காதலாக மலர்ந்தது. அதற்கிடையில் உடனடியாக வீட்டுக்கு வரும்படி ஒரு தந்தி கேசவப்பிள்ளைக்குக் கிடைத்தது. தாய் தந்தைக்கு ஏதாவது விபத்து ஏற்பட்டு விட்டதோ என்று பயந்து வீட்டில் வந்து சேர்ந்த கேசவப்பிள்ளை தனது தந்தை தனக்குத் திருமணம் நிச்சயித்து இருப்பதை அறிந்து கொண்டார். முதலில் அதை அவரால் ஏற்றுக் கொள்ளவே முடியவில்லை. தனது விருப்பமின்மையை அவரது நடவடிக்கைகள் வழி காட்டினார்.

வீட்டில் இருந்து உடனடியாகத் திரும்பி போன அவர் வழியில் வைத்து அந்தத் திருமண ஏற்பாடு செய்த தந்தையின் நண்பர் ஒருவரைச் சந்தித்தார். பெண்ணினுடைய ஜாதகம் மிகவும் நல்லது என்றும் அவளை மணப்பவனுக்கு மிகுந்த உயர்வு கிடைக்கும் என்றும் அவர் கேசவப் பிள்ளையிடம் சொன்னார். அதைக் கேட்டவுடன் கேசவப்பிள்ளைக்கு அந்தத் திருமணத்தில் ஈடுபாடு ஏற்பட்டது. அலுவலகத்தில் உடன் பணி செய்பவர்களிடம் கூறாமல் ஊருக்கு வந்து திருமணம் செய்த கேசவபிள்ளை மனைவியை வீட்டில் இருக்கச் செய்து விட்டு பழையபடி திருவனந்தபுரம் போய் திருவனந்தபுரம் வாழ்வைத் தொடர்ந்தார். தங்கம்மாவுடனான உறவை முறித்துக் கொள்ளாமல் உண்மையை கூறவும் செய்யாமல் தந்திரமாக நடந்து கொண்டார்.

அடுத்த தலைமைச் செயலராக வர வாய்ப்பு இருக்கும் செயலர் தங்கம்மாவின் சித்தப்பா கிருஷ்ணன் நாயர் என்பதை உணர்ந்த கேசவப்பிள்ளை தங்கம்மா மூலமாகத் தாக்கம் செலுத்தி தலைமைச் செயலகத்தில் வேலை வாங்குகிறார். ஒரே நேரத்தில் தங்கம்மாவின் பெற்றோர்களிடம் திருமணத்துக்கு விருப்பம் இருப்பதாகக் கூறும் அதே வேளையில் தங்கம்மாவிடம் ரகசியமாக உறவு வைத்துக் கொள்ளவும் செய்கிறார் கேசவப்பிள்ளை. அதற்கிடையில் செயலாளர் கிருஷ்ணன் நாயரின் மனைவிக்கு தங்கம்மாவின் வீட்டினரைப் பிடிக்காது என்ற விவரத்தை அறிந்து கொள்கிறார். அதோடு கேசவப்பிள்ளை எளிதாகத் திருமணத்தில் இருந்து விலகுகிறார்.

அதற்கு ஏற்ற வேறொரு சூழ்நிலையும் உருவானது. கேசவப் பிள்ளையின் திருட்டுத்தனத்தை ஓரளவுக்குப் புரிந்து கொண்ட தங்கம்மா தெரிந்துகொண்டே கேசவப் பிள்ளையுடன் பணி செய்யும் ஒரு நபரோடு நெருங்கிப் பழகுகிறாள். கேசவப்பிள்ளையைப் பழி வாங்கவே அவள் இவ்வாறு செய்கிறாள். அவளுடைய பெற்றோர்களும் அவளுடைய புதிய உறவை அறிந்து கொண்டனர். சூழ்நிலை காரணமாகக் கேசவப்பிள்ளை அவர்களின் கண்ணில் குற்றமற்றவன் ஆகிறான். கேசவப்பிள்ளையுடனான உறவு முறிந்தது. உடனடியாகத் தங்கம்மாவுக்கு அந்த அலுவலக ஊழியரோடு இருந்த உறவும் முறிந்தது. அதோடு தங்கம்மாவின் வாழ்வு அமைதியை இழந்தது. அவள் வேலையை விட்டு விட்டு ஆசிரமத்தில் குடியேறுகிறாள். சில ஆண்டுகளுக்குப் பிறகு தங்கம்மா அந்த ஆசிரமத்தின் தலைமைப் பொறுப்பை ஏற்கிறாள்.

தலைமைச் செயலரின் அலுவலகத்தில் பணி செய்ததன் வழி திவானோடு நெருங்கிப் பழக வாய்ப்பு கிடைக்கிறது. அதைப் பயன்படுத்தி மெல்ல மெல்ல கேசவப்பிள்ளைக்குச் செயலாளராக பணி உயர்வு கிடைக்கிறது. அதோடு பொறுப்பான நிர்வாகம் வேண்டும் என எழுந்த போராட்டம் வழியாக அரசைச் சிக்கலுக்கு உள்ளாக்கிய மாநில காங்கிரஸை தோல்வியடையச் செய்ய சில சதித்திட்டங்களைத் தீட்டும் கூட்டத்தில் கேசவப்பிள்ளை திவானுடைய வலங்கையாகச் செயல்பட்டார். பலவகையான துன்புறுத்தல்களை மாநில காங்கிரஸுக்கு எதிராக அரசு நடத்தியது. அதன் பின்னால் செயல்பட்டது கேசவப்பிள்ளை ஆகும். அவ்வாறு கேசவப்பிள்ளை ஒரு நோட்ட புள்ளியாக மாறுகிறார்.

இந்தப் பிரச்சனைகளுக்கு இடையில் நிரபராதியான கேசவப்பிள்ளையின் தந்தை கொல்லப்படுகிறார். கேசவப்பிள்ளையின் அரசியல் எதிரிகளில் யாரோ ஒரு அதைச் செய்கிறார். அதன்பேரில் கேசவப்பிள்ளையின் வீடு இருந்த கிராமத்தில் மொத்தமாகக் காவலர்கள் வன்முறைகளைச் செய்தனர். பலரை அடிக்கவும் வழக்குகளில் உட்படுத்தவும் செய்தனர். அவ்வாறு கேசவப்பிள்ளையின் குடும்பம் அந்தக் கிராமத்தில் தனிமைப்பட்டது. இந்தப் பிரச்சனைகளில் உணர்வு ரீதியான தாக்கத்தின் காரணமாகக் கேசவப்பிள்ளையின் அம்மாவும் சிறிது காலத்திற்குள் இறந்து விடுகிறார். இந்தப் பின்னணியில் அரசு கேசவப்பிள்ளையை தலைமைச் செயலராக நியமிக்கிறது.

அவர் மகளையும் மனைவியையும் திருவனந்தபுரத்திற்குக் கொண்டு வந்து தனது அலுவலக வீட்டில் குடும்பத்தோடு வாழத் தொடங்குகிறார். தனது கணவனுக்கு வேறொரு பெண்ணோடு உறவு இருக்கிறது என்று அறிந்தாலும் அதைக் கண்டுகொள்ளாமல் கார்த்தியாயினியம்மா தனது கணவனைக் கவனிப்பதில் கவனமாக இருந்தார். அரச நிர்வாகத்தின் சிக்கல்களையும் பிரச்சினைகளும் கடந்து போகின்ற தனது கணவனுக்கு ஒரு ஆன்ம பலத்தை அவரது மனைவி கார்த்தியாயினியம்மா கொடுத்தார்.

நாட்டுப்புற பெண்ணான அந்தப் பெண் தலைநகருக்கு வந்தபோது செயலாக்கம் உள்ள ஒரு குடும்பப் பெண்ணாக மாறுகிறார். தனக்குப் உற்றதுணையாக இருக்கும் மனைவியைக் காணும்போதெல்லாம் அவர் அவளுடைய பாக்கியம் பெற்ற ஜாதகத்தைக் குறித்து நினைத்தார்.

அலுவலகப் பணியில் ஒவ்வொரு படியாக ஏறிய கேசவப்பிள்ளை சுயநலத் தேவைகளுக்காக அதிகாரத்தின் அனைத்து வாய்ப்புகளையும் பயன்படுத்தினார். அதைப் பயன்படுத்தி பணம் சம்பாதிக்கவும் அதிகார நிலையில் உயர் மட்டத்தில் இருப்பவர்களுடைய விருப்பங்களைப் பாதுகாக்கவும் முயற்சித்தார். பௌதீக நிலையில் நிறைய சம்பாதித்தார் என்றாலும் மனதளவில் அவர் நிம்மதியற்றுக் காணப்பட்டார்.

அந்தச் சமயத்தில் இந்திய அரசியலில் மாற்றங்கள் ஏற்படத் தொடங்கின. விடுதலை பெறுவதற்கான வாய்ப்புக்கள் தெளிந்து வந்தன. அதைப் புரிந்து கொண்ட கேசவப்பிள்ளை மாநில காங்கிரஸ் தலைவர்கள் சிலரைத் தனது பக்கம் ஈர்த்துக் கொண்டார். அவ்வாறு திவான் ஆட்சி

நிறைவு பெற்று இந்திய ஒருங்கமைப்பின் பகுதியாக மாறிய திருவிதாங்கூரின் தேர்ந்தெடுக்கப்பட்ட அமைச்சரவை அதிகாரம் பெற்ற போதும் கேசவப்பிள்ளையின் செல்வாக்கிற்கு குறை ஏதும் வரவில்லை. அவருடைய செல்வாக்கின் தாக்கத்தில் உட்பட்டவர்கள்தான் பல அமைச்சர்களும்.

அவர் தலைமைச் செயலாளராகத் தொடர்ந்து செயல்பட்டார். பிறகு திருக்கொச்சி ஒருங்கிணைவும் சில அமைச்சரவைகளின் தோற்றமும் அழிவும் நடந்தது. அப்போதெல்லாம் கேசவப்பிள்ளையின் தந்திரமான செயல்பாடுகள் வெற்றியடைந்தன. அவர் மீண்டும் அதிகாரத்தில் தொடர்ந்து கொண்டிருந்தார்.

ஆசிரம வாழ்க்கை மேற்கொண்டிருந்த தங்கம்மா அந்த வாழ்விலும் ஒரு நிம்மதியற்றுத் தொடர்ந்தார். பக்தியும் ஆன்மீகமும் அவளது முகமூடி மட்டுமாக இருந்தது. உலகியல் இன்பங்கள் அவளை மீண்டும் சலனப்படுத்திக் கொண்டிருந்தன. அவளது மனதைச் சலனப் படுத்திய நபர் கேசவப்பிள்ளை ஆகும்.

அவரிடம் மீண்டும் தங்கம்மா திரும்பி வருகிறாள். நீண்டநாள் ஆசிரம வாழ்வுக்குப் பிறகு தனது 40-வது வயதில் காவியை விட்டுவிட்டு தங்கம்மா மீண்டும் கேசவப்பிள்ளையிடம் நெருக்கத்தில் ஆகிறாள். அவர்கள் இருவரும் பல சுற்றுலா மையங்களிலும் சந்தித்து ரகசியமாக உறவு கொள்கின்றனர். மீண்டும் தங்களது காதல் வாழ்வின் மகிழ்வைத் தொடர்கின்றனர்

கேரள மாநிலம் உருவாக்கப்பட்டது முதல் பொதுத் தேர்தலில் கம்யூனிஸ்ட் கட்சிக்கு வெற்றி கிடைத்தது. புதிய அமைச்சரவை உருவானது. அப்போதும் தலைமைச் செயலராகத் தொடர கேசவப் பிள்ளை முயன்றார். ஆனால் அமைச்சரவை அதை ஏற்றுக்கொள்ள வில்லை. கேசவப்பிள்ளை வேலையை ராஜினாமா செய்துவிட்டு தனது சொந்த நாட்டிற்குப் போகத் தொடங்கும் போது தங்கம்மா தான் பெற்ற கைக்குழந்தையை அவளது வேலைக்காரியிடம் கொடுத்து கேசவப்பிள்ளையிடம் கொடுக்கச் சொல்கிறாள். கேசவப்பிள்ளையின் மகள் அந்தக் குழந்தையை ஏற்று வாங்குகிறாள். அங்கு நாவல் நிறைவு பெறுகிறது.

மனித உறவுகளின் பரந்துபட்ட, சிக்கலான பல நூல் இழைகள் பலவற்றை ஒன்றிணைத்து நெய்து எடுத்த நாவலே ஏணிப்படிகள். மனித குணங்களின் பன்முகத்தன்மை நிறைந்த ஒரு அருங்காட்சியகம் என்று குறிப்பிடும்படியான வித்தியாசமான பாத்திரங்கள் இந்த நாவலில் உள்ளன.

ஒப்பிடும்போது முக்கியத்துவமற்ற ஆங்காங்கே முகங்காட்டும் கதாபாத்திரங்களும் கூட தனது சுய அடையாளத்தோடு நாவலில் காணப்படுகின்றன. தலைமைக் கதாபாத்திரங்களான கேசவப்பிள்ளை, கார்த்தியாயினியம்மா, தங்கம்மா ஆகிய பாத்திரங்கள் தகழியின் கதாபாத்திர உருவாக்கத் திறனின் சிறந்த எடுத்துக்காட்டுகள் ஆகும். மனித இயற்கையின் சிறப்பான சில குணங்கள் அவர்களுடைய குணங்களில் தெளிந்து காணப்படுகின்றன.

பேராசையினுடைய, சுயநலத்தினுடைய, எதிர்பார்ப்பினுடைய சரியான கலவையாகக் கேசவப்பிள்ளை பாத்திரம் அமைக்கப்பட்டுள்ளது. கேசவப்பிள்ளையின் குணத்தின் சில அம்சங்கள் தகழி ஏணிப்படிகள் நாவலுக்கு முன்னால் எழுதிய கதைகளிலும் சிலவற்றில் காண இயலும். தோட்டியின் மகன் நாவலில் வரும் சுடலைமுத்துவிடமும் செம்மீன் நாவலில் செம்பங்குஞ்சுவினிடமும் இந்தப் பேராசையையும் தனது சொந்த சுற்றுச்சூழலில் இருந்து விலகி நடந்து உயர்வதற்கான ஒரு ஆற்றல் பெற்று இருப்பதையும் காண இயலும்.

அந்தக் குணங்களின் ஆற்றலுற்ற தன்மை அவர்களின் சுய அடையாளத்தை நிர்ணயிக்கும் தனிப்பட்ட அம்சங்களாகும். சுடலைமுத்துவிடமும் செம்பங்குஞ்சுவிடமும் மேம்படாத நிலையில் அந்த மனநிலைகள் செயல்படுகின்றன. ஆனால் கேசவபிள்ளை கற்றறிந்த நபரும் உயர்ந்த பதவிகளில் செயல்பட்டவரும் ஆவார். இருப்பினும் அவரிடம் சுயநலக்காரனான ஒரு முரட்டு மனிதன் செயல்படுகிறான்.

உணர்வு மிகுந்த ஒரு பெண் பாத்திரமாகும் தங்கம்மா. நாகரிகமும் அறிவும் வேலையும் உள்ள தங்கம்மா தனது அறிவை விட உணர்வுகளுக்கு அடிமையாக இருக்கிறாள். தலைமைச் செயலகத்தில் தனது அலுவலக பிரிவில் குமாஸ்தாவாக வந்த கேசவப்பிள்ளையை அவள் விரும்பினாள். அவளைப் பொறுத்த மட்டில் அது ஆழமான ஒரு

காதல் உணர்வாக இருந்தது. சந்தர்ப்பவாதியான அந்த நபர் அவளைத் தனது வளர்ச்சிக்கான ஒரு படிக்கட்டாக மட்டுமே காண்கிறான். அவன் தனக்குத் தெரியாமல் திருமணம் செய்துகொண்டான் என்று அறிந்த தங்கம்மா அவனை வெறுப்பதாக நடித்துக்கொண்டு வேறு ஒரு நபருடன் உறவு கொள்வதாகப் பாவிக்கிறாள். அங்கும் அவள் தோல்வி அடைகிறாள்.

உண்மையில் அவள் மனதைப் பறி கொடுத்தது கேசவப்பிள்ளையிடமாகும். கேசவப்பிள்ளையிடம் இருந்து கிடைத்த ஏமாற்றத்தால் ஏற்பட்ட நிம்மதியின்மை அவளை ஆசிரம வாழ்வுக்கு இட்டுச் செல்கிறது. அங்குள்ள பிரச்சினைகள் அவளை மீண்டும் அமைதி இழக்கச் செய்தன. பல வருடங்களுக்குப் பிறகு சூழ்நிலை காரணமாக தங்கம்மா மீண்டும் கேசவப்பிள்ளையுடன் உறவு கொள்கிறாள். அதோடு அவளுக்குள் இருந்த உலகியல் இன்பங்கள் மீண்டும் தலை உயர்த்துகின்றன. ஆசிரம வாழ்வை விட்டு விலகி அவனோடு உறவு கொள்கிறாள். இறுதிக்காலத்தில் அவள் திருமணமாகாத தாயாக மாறுகிறாள்.

இவ்வாறு உணர்ச்சிக்கு அடிமைப் பட்டு துன்ப முடிவைப் பெறுபவளாகத் தங்கம்மா பாத்திரம் படைக்கப்பட்டுள்ளது. கேசவப்பிள்ளையின் நிராகரிப்பே அவளது துன்பத்திற்குக் காரணம். ஆனால் பக்குவமற்ற அவளது நடத்தைகள் தான் உண்மையில் அவளது வீழ்ச்சிக்குக் காரணமாக அமைகின்றன. காத்தியாயினி அம்மா சமூகத்தின் பொதுப்புத்தியில் உள்ள பெண்ணை அடையாளப்படுத்துபவளாக இருக்கிறாள். ஆனால் தங்கம்மா அந்தப் பொதுப்புத்தியின் பொதுத் தன்மைக்கு எதிராக நிற்பவளாக இருக்கிறாள்.

அதனால் அவளுடைய துன்ப முடிவு வாசகரின் அனுதாபத்தைப் பெறுவதில்லை. சிறிது எதிர் கதாபாத்திரத்தின் தன்மையும் அவளது பாத்திரத்தில் அமைந்துள்ளது. அது ஏற்படுவதற்குக் காரணம் மறுபக்கத்தில் கார்த்தியாயினி அம்மா என்ற பொறுமையின் வடிவான தியாக மனதுடைய பத்தினிப் பெண் நிற்பதால் தான்.

கார்த்தியாயினி அம்மாவின் குடும்ப வாழ்வின் தொடக்கம் நிராகரிப்பினுடையவும் துக்கத்தினுடையதுமாக இருந்தது. வெறும்

நாட்டுப்புறப் பெண்ணான அவளால் திருமணத்தின் தொடக்க நாட்களில் கணவனின் அன்பைப் பெறுவதற்கு இயலாமல் போனது. ஆனால் ஆத்மார்த்தமான அன்பினாலும் கணவனுடனான அன்பினாலும் அவள் தாம்பத்திய உறவையும் குடும்பத்தையும் நல்ல நிலையில் கொண்டு செல்கிறாள். உலகியல் வாழ்வில் வெற்றிப்படி ஏறிக்கொண்டிருந்த கேசவப்பிள்ளை தோல்வியின் சுவை அறிந்து கொண்டிருந்த இறுதிக் கட்டத்தில் அவனுடைய அனைத்துத் தவறுகளையும் பொறுத்துக்கொண்டு கார்த்தியாயினி அம்மா மன தைரியம் கொடுக்கிறார். அப்போதெல்லாம் அவருக்குள் இருக்கும் கிராமப் பெண்ணான குடும்பப் பெண்ணின் திறன் வெளிப்படுகிறது.

பொதுச் சமூகத்தின் ஆட்சியதிகாரத்தில் முக்கியமான பங்கு வகிப்பது ஆட்சியின் நிர்வாகத் துறை ஆகும். ஏணிப்படிகள் என்ற நாவலில் கதையின் பன்முகத்தன்மையை உருவாக்குவதில் சமகால வரலாறு, அரசியல், சமூக மாற்றம் போன்றவற்றிற்கு முக்கியப் பங்கு உள்ளன. அதோடு நாம் கருத்தில் கொள்ள வேண்டியது அதிகார நிர்வாகத் துறைக்குள் இயங்கும் பிரச்சினைகளையும் ஆகும்.

சி.வி. ராமன் பிள்ளையின் 'தர்மராஜாவிலும்' 'ராமராஜ பகதூரிலும்' அன்றைய மன்னராட்சி முறையின் பின்னணியில் அமைந்த அரச நிர்வாகம் கடந்து வருகின்றது. அந்த நாவல்களில் தலைமை கதாபாத்திரமான கேசவப்பிள்ளை (ராஜா கேசவதாஸன்) ஒரு அலுவலக குமாஸ்தாவாகத் தொடங்கிப் பிறகு திவானாக மாறுகிறான். தகழியின் ஏணிப்படிகளுக்கு பிறகு இ. வாசுவின் சிவப்பு நாடா, மலையாட்டூர் ராமகிருஷ்ணனின் எந்திரம் என்பனவற்றில் அரசு நிர்வாகத்தின் அவிழ்க்கமுடியாத சிக்கல்கள் கடந்து வருகின்றன.

சட்டங்களும் நடவடிக்கைகளும் அலுவலக நடைமுறைகளும் இருப்பினும் அவற்றையெல்லாம் மீறி அதிகாரப் பயன்பாட்டில் தனிநபர் விருப்பம் கடந்து வரும் சர்வாதிகார ஆட்சியின் முகம் திவான் ஆட்சியில் தெளிந்து நிற்கிறது. சர்வாதிகாரத்தின் வாய்ப்புகளை மக்களுக்கு எதிராக ஆற்றலோடு பயன்படுத்திய அதிகாரியாக இருந்தார் திருவிதாங்கூர் திவானாக இருந்த சிபி ராமசாமி அய்யர். அவர் திருவிதாங்கூர் ஆட்சியில் கால் வைத்த தொடக்க காலமான *1930*-களின் தொடக்கத்தில் தான்

ஏணிப்படிகளின் வரலாற்றுக்காலம் தொடங்குகிறது. அன்றைய ஆட்சி அதிகாரத்தின் பகுதியாக இருந்து அதைப் பயன்படுத்தி சுயநல வளர்ச்சி ஏற்படுத்துபவராகக் கேசவப்பிள்ளை இருந்தார். அவருடைய உயர்வின் முக்கிய காலங்கள் திவான் ஆட்சிக் காலமாக இருந்தது.

சுதந்திரத் திருவிதாங்கூர் மாநிலம் என்ற கருத்தை முன்வைத்த திவான் சி.பி. ராமசாமி ஐயர் ஆங்கிலேயர்கள் இந்தியாவை விட்டு செல்லும்போது திருவிதாங்கூர் சுதந்திர இந்தியாவில் சேராமல் தனி நாடாக நிற்க வேண்டும் என்று திட்டமிட்டார். தேசிய விடுதலைப் போராட்டத்தின் தீவிரமான அலைகள் அடித்துக் கொண்டிருந்த அந்தக் காலத்தில் இந்தியா என்ற உணர்வு எல்லா இந்தியர்களுடைய மனதிலும் ஆழமாக இருந்தது. அதிலிருந்து விலகி நிற்பதற்கு அறிவுள்ள திருவிதாங்கூர் மக்களால் இயலவில்லை.

அவ்வாறு திருவிதாங்கூர் திவான் ஆட்சிக்கு எதிராக மிகத் தீவிரமான எதிர்ப்பு உயர்ந்தது. அதை முற்றிலுமாக நிராகரித்துக் கொண்டு திவான் தனது ஆட்சியை முன் நடத்தினார். அதன் உச்ச கட்டத்தில் சுதந்திரம் கிடைப்பதற்குச் சில நாட்களுக்கு முன்பு ஒரு பொது நிகழ்ச்சி நடந்து கொண்டிருக்கும் போது திவான் வெட்டுப்பட்டு நாட்டை விட்டுப் போக வேண்டி வந்தது. அதற்குள் அரசியலில் ஏற்பட்ட காற்றின் திசையை உணர்ந்த தலைமைச் செயலாளர் கேசவப்பிள்ளை மாநில காங்கிரஸ் தலைவர்கள் சிலருடன் ரகசியமான உறவை ஏற்படுத்தி இருந்தார். அவ்வாறு திருவிதாங்கூரில் குடியரசு ஆட்சி வந்த தொடக்க காலத்திலும் அரசியல் பண்பாடு இல்லாத தொடக்க காலத்தில் பல அமைச்சரவைகளிலும் திருக்கொச்சி காலத்திலும் கேசவப்பிள்ளை தலைமைச் செயலராகத் தொடர்ந்தார்.

மாநிலத் தோற்றத்திற்குப் பிறகு 1957-இல் கேரள மாநிலத்தின் முதல் பொதுத் தேர்தலில் கம்யூனிஸ்ட் கட்சியின் தலைமையில் அமைந்த முதல் அமைச்சரவை பதவியேற்றவுடன் கேசவப்பிள்ளையால் தாக்கு பிடிக்க முடியவில்லை. அவர் அதிகாரப் பொறுப்பிலிருந்து ஓய்வு பெறுவதற்கு முன்பே படியிறங்க வேண்டி வருகிறது. இதுபோன்ற மனநிலையும் அணுகுமுறையும் செயல்பாடுகளும் வெளியிடும் தலைமைக் கதாபாத்திரத்தின் ஊடாக ஆட்சி அதிகாரத்தில் இருந்த

முகங்களைத் தகழி வெளிச்சம் போட்டுக் காட்டுகிறார். சுதந்திரத்திற்குப் பிறகும் கேரள மாநில உருவாக்கத்திற்குப் பிறகும் வளர்ந்துவந்த மக்களுக்கு உகந்த ஆட்சி அதிகார முறைகள் அல்ல ஏணிப்படிகளில் காணப்படுவது.

அதிகார மோகமும் பணப் பேராசையும் நிறைந்து காணப்படும் ஆளுமைதான் கேசவப்பிள்ளை. சுயலாபங்களுக்காகத் தனிநபர் உறவுகளைக் கூட உதாசீனப்படுத்த அவர் தயங்கவில்லை. அந்தக் காரியத்தில் காதல் உறவு கூட அவருக்கு ஒரு பொருட்டல்ல. மதிப்பீடுகளுக்கு அவர் எந்த மதிப்பும் கொடுக்கவில்லை. அலுவலக வாழ்வின் தொடக்க காலத்தில் இரண்டு ரூபாய் லஞ்சம் வாங்கிக்கொண்டு அந்தக் காரியத்தை ஒருக்காலும் செய்து கொடுக்காமல் இறுதியில் லஞ்சம் கொடுத்த நபர் கேசவப்பிள்ளையின் வீட்டின் முன்னால் தூக்குப்போட்டு இறக்கும் நிகழ்வு வழியாக கேசவப்பிள்ளையின் அடிப்படைக் குணத்தைத் தகழி படைத்துக் காட்டுகிறார். மக்கள் சேவைக்காக உருவாக்கப்பட்ட ஆட்சிச் சக்கரம் மக்களைச் சுரண்டும் இயந்திரமாக மாறுவது இது போன்ற மனநிலையில் உள்ள அதிகாரிகளால் தான் என்பதையே தகழி காட்டுகிறார்.

அதிகாரம் என்ற சொல்லை மனித அனுபவத்தின் பல சிக்கலான சூழ்நிலைகள் வழி வரலாற்றுக் கண்ணோட்டத்தோடு விளக்கும் நாவலே ஏணிப்படிகள். அதிகார மோகம் மனிதர்களிடம் எவ்வாறு செயல்படுகிறது என்பதைத் தொடர்ந்து அறிவது தகழியின் விருப்பமான கதைக் கருவாக இருந்துள்ளது. அதிகார மோகத்தின் மேலோட்டமான காட்சிப்படுத்தலைக் கொடுக்கும் ஆட்சியதிகாரத்தின் பொறுப்புக்களில் இருக்கும் கதாபாத்திரங்கள் வழியாக அது சார்ந்த கண்ணோட்டங்களைத் தீவிரமாக வெளிப்படுத்தும் நாவல்தான் ஏணிப்படிகள்.

8. கயிறு

தகழியின் இலக்கிய வாழ்வில் மட்டுமல்ல மலையாள நாவல் வரலாற்றிலும் மாறுபட்ட கதைப் போக்கை உடைய முன்மாதிரிகள் இல்லாத நாவலாக இருந்தது கயிறு (1978). தகழி சிவசங்கரப்பிள்ளை மலையாள இலக்கியத்தில் வளர்ந்து வந்தது எதார்த்த முறையில் கதை எழுதுவதன் பல கோணங்களைச் சோதனை செய்து கொண்டாகும். அந்தத் தொழில்நுட்பத்தைப் பயன்படுத்தி தகழி சிவசங்கரப்பிள்ளை படைத்த படைப்புகள் மலையாள இலக்கிய வரலாற்றில் நாழிகைக் கற்களாக மாறின.

ஆனால் அதிலிருந்தெல்லாம் முற்றிலும் வேறுபட்ட ஒரு சோதனையைக் கயிறு நாவலில் தகழி மேற்கொண்டார். கேரளத்தில் நாட்டுப்புறக்கதை சொல்லும் மரபை கயிறு நாவலில் தகழி பயன்படுத்தி உள்ளார். அது மிகப்பெரிய வெற்றியாக அமைந்தது. அதுவரை வெளிவந்த மலையாள நாவல்களில் இருந்து மாறுபட்ட படைப்பாக்க முறையைக் கைக்கொண்ட கயிறு ஒரு நவீன காவியமாகத் தலை உயர்த்தி நிற்கிறது.

படைப்பு உத்தியில் புதுமை மட்டுமல்ல, கயிறு என்ற நாவலின் தனித்தன்மை. அதன் உட்பொருளும் அமைப்பும் பாத்திர படைப்பு முறையும் எல்லாம் மாறுபட்டதாகும். கேரளத்தின் முக்கியமான சமூக மாற்ற வரலாற்றின் ஒரு பக்கத்தை கயிறு நாவல் சித்தரிக்கிறது. விவசாயத்தை முக்கிய வாழ்வாதாரமாகக் கொண்டிருந்த பரம்பரையான நாட்டுப்புற வாழ்வியலில் இருந்து விவசாயத்தை ஒரு தொழிலாகக் காணும் நவீன வாழ்வியலுக்கான ஒரு மாற்றத்தை இந்த நாவல் புலப்படுத்துகிறது.

மண்ணுக்கும் மனிதனுக்குமான உறவை நாவலின் உட்பொருளின் உயிர் மையமாகப் படைத்துள்ளார். உணவு சேகரித்து வாழ்ந்த பண்டைய சமூகத்தில் இருந்து மேம்பட்டு உணவு உற்பத்திச் சமூகமாக மலர்ந்த காலம் முதலே உள்ள உறவாகும் மனிதர்களுக்கும் மண்ணுக்குமானது. அந்த உறவுக்குச் சமீப காலத்தில் கேரளத்தில் ஏற்பட்ட மாற்றங்களைக் கயிறு நாவலில் தகழி சுட்டிச் செல்கிறார். 139 இயல்கள் உள்ள ஆயிரத்திற்கும் மேற்பட்ட பக்கங்கள் உள்ள மிகப்பெரிய ஒரு நூலாகும்

கயிறு. முதல் பதிப்பில் நாவலை ஒன்பது பகுதிகளாகப் பிரித்திருந்தனர். பிற்காலத்தில் பிரிவுகள் இன்றி பதிப்பித்தனர். அமைப்பு முறையில் பார்க்கும் பொழுது அந்தப் பிரிவு பொருத்தமானதாக இருந்தது.

கயிறு என்ற தலைப்பே பலபொருள் தருவதாகும். அது நாவலின் அமைப்பை குறிப்பிடுகிறது. நார் இழைகளை ஒன்றிணைத்து கயிறு திரிகின்றனர். கூடுதல் நார் இழைகளை இணைத்து அதன் நீளத்தை எத்தனை வேண்டுமானாலும் கூட்டலாம். கயிறின் ஒவ்வொரு நார்களுக்கும் தனித்தன்மை எதுவும் கிடையாது. அனைத்து நார்களும் ஒன்றிணைந்த கயிற்றுக்குத்தான் முக்கியத்துவம்.

பொதுவாக நாவல்களில் கதாநாயகனையும் கதாநாயகியையும் மையப்படுத்தி அவர்களின் வாழ்வில் மாற்றங்களைப் படைத்துக் காட்டும் ஒரு முறைதான் காணப்படுகிறது. ஆனால் கயிறில் ஒரு நூற்றாண்டு காலத்தில் வாழும் பல தலைமுறைகளின் கதைகள் சிறுசிறு படைப்புச் சிற்பங்களாகப் படைத்து அவற்றை ஒருங்கிணைத்து அந்தக் காலத்திற்கிடையே ஏற்பட்ட வாழ்வியல் மாற்றங்களைப் படைத்துக் காட்டுகிறார்.

தனித்தனி நபர்கள் முக்கியத்துவம் பெறும் வாழ்வியல் சித்திரங்களுக்கு அல்ல எல்லா கதைகளும் எல்லா பாத்திரங்களும் சேர்ந்து வருகின்ற சமூக மாற்றத்திற்குத் தான் இந்த நாவலில் முக்கியத்துவம் அளிக்கப்படுகிறது.

சாதாரண நிலையிலான நாவல்களில் நீண்டகால வாழ்க்கையின் ஆழ அகலங்களை விவரிக்கும்போது கதாபாத்திரங்களின் வளர்ச்சியும் மாற்றங்களும் விளக்கமாகச் சித்தரிக்க இயலும். கயிறு என்ற நாவலின் தனித்தன்மையான அமைப்பின் காரணமாக அது சாத்தியமில்லாமல் போகிறது. ஒரு கதாபாத்திரத்திற்கு நாவலின் மூன்றோ நான்கோ இயல்களுக்கு மேல் இடம் கிடைப்பதற்கு வாய்ப்பில்லை.

அதற்கிடையில் அந்த கதாபாத்திரத்தின் வளர்ச்சி மாற்றங்களை படைப்பாக்கி வாசகர்களின் மனதில் பதியும்படி ஆளுமையோடு படைப்பது என்பது சிக்கலான செயலாகும். ஆனால் அந்த முயற்சியில் குறிப்பிடத்தகுந்த திறனைத் தகழி கயிறில் புலப்படுத்தியுள்ளார்.

விளக்கங்களை முடிந்த அளவு குறைத்து முக்கியமான வாழ்வியல் கூறுகளைத் தீவிரமாகக் காட்சிப்படுத்துவதன் வழி இதை நடைமுறைப் படுத்தியுள்ளார். சுருக்கிக் கூறுதல் அதன் குறியீடாக மாறி இருக்கிறது. 1930-களில் எழுதிய மாஞ்சுவட்டில் என்ற சிறுகதையில் வெறும் 10 வாழ்வியல் நிகழ்வுகளைப் படைத்ததன் மூலமாக ஒரு ஆணினுடையவும் பெண்ணினுடையவும் இளமைக்காலம் முதல் வயோதிகம் வரையான ஆழமான உறவை நுட்பமாகவும் வெளிப்படையாகவும் தகழி படைத்துக் காட்டுகிறார்.

அந்தப் படைப்புத் திறனின் உச்சகட்டத்தை கயிறு நாவலில் தகழி பயன்படுத்தியுள்ளார். கதைக்கருவின் காரியத்தில் வரலாற்றைப் படைப்பாக்கத்தின் பகுதியாக மாற்றி எடுக்கும் தகழி நாவலின் படைப்பாக்க கூறான காலத்தை இந்தப் படைப்பில் கையடக்கமாகக் கட்டுப் படுத்தி உள்ளார்.

நாயர் சமூகத்தில் மருமக்கள் தாய கூட்டுக் குடும்ப முறை வீழ்ச்சி உறவும் ஆளுக்கொருபாகம் நடைமுறைப் பட்டதோடு நிலத்தின் உரிமை சார்ந்த பல வழக்குகள் நீதிமன்றங்களில் பதிவு செய்யப்பட்டன. தகழி சிவசங்கரப்பிள்ளை அம்பலப்புழையில் முன்சீப் நீதிமன்றத்தில் வழக்கறிஞராகப் பணியாற்றித் தொடங்கியபோது இதுபோன்ற வழக்குகளின் எண்ணிக்கை மிகக் கூடுதலாக இருந்தது. அந்த வகையில் வரும் சில வழக்குகளின் தேவைகளுக்காக அம்பலப்புழை வட்டாட்சியர் அலுவலகத்தில் இருந்த பழைய ஆவணங்களைப் பரிசோதிக்கும்படி அவருடைய முதிர்ந்த வழக்கறிஞர் பொறுப்பைக் கொடுத்து இருந்தார்.

தூசி படிந்து கரையான் அரித்து இருந்த அந்த ஆவணங்களைத் தனது பணி நிமித்தமாக மிகக் கவனமாக எடுத்து தகழி பரிசோதித்தார். சிறிது காலத்திற்குப் பிறகு வழக்கறிஞர் பணிக்குத் தேவையான செய்திகளைப் பின்தள்ளிவிட்டு ஒரு கதாசிரியரின் ஆர்வத்தோடு அதைக் காணத் தொடங்கினார். சிதைந்து உதிர்ந்த அந்த ஆவணங்களில் இருந்து தனது கிராமத்தின் பழைய குடும்பங்களின் வரலாறுகள் ஒவ்வொன்றாக தகழியின் மனதில் எழுந்து வந்தன.

சமூகச் சூழ்நிலைகள் மாறி சட்டங்களில் மாற்றங்கள் ஏற்படவும் வழக்கு கொடுத்தவர்கள் பலர் இறந்து படவும் செய்த பின்னும் அந்த

வழக்குகள் மீண்டும் தொடர்ந்த வண்ணம் இருந்தன. அது போன்ற வழக்குகளின் பின்னால் உள்ள மனித வாழ்வைக் குறித்தும் வரலாற்றுச் சூழலைக் குறித்தும் தகழி சிந்தித்துக்கொண்டே இருந்தார்.

முன்பு கேட்டறிந்த நாட்டுப்புறப் பழங்கதைகள் நினைவில் துளிர்விட்டு வந்தன. அந்தப் பழைய வருவாய் ஆவணங்களைச் சோதித்தபோது தகழியின் மனதில் உருவாகவும் அமைப்பு பெறவும் செய்த பொருள்களில் இருந்து தான் கயிறு என்ற நாவல் உருவானது.

தொடக்கத்தில் கயிறு நாவலின் சில பகுதிகள் மலையாள நாடு என்ற வார இதழில் தொடர்கதையாக வெளியிடப்பட்டது என்றாலும் அதைத் தொடரமுடியவில்லை. சில வருடங்கள் கழித்து இன்றும் சில பகுதிகள் மாத்ருபூமி வார இதழில் வெளியிடப்படினும் அதுவும் தடைபட்டது. பிறகு முற்றிலுமாக மாற்றி எழுதப்பட்ட கதைதான் 1978-ல் புத்தக வடிவில் வெளியிடப்பட்டது.

தகழியின் கயிறு வெளிவந்தவுடன் இலக்கிய உலகில் பெரிய சலனத்தை ஏற்படுத்தியது. 1960-களின் பகுதி வரை தகழியும் கேசவ தேவும் பொன்குன்னம் வர்க்கியும் எல்லாம் மலையாள இலக்கிய உலகில் முன்னணியில் நின்றவர்கள் ஆவர். ஆனால் அந்தக் காலகட்டத்தில் மலையாளத்தில் நவீனத்துவ காலம் தீவிரமாக ஒரு துடிப்போடு முன்னேறி வந்தது. காக்க நாடன், ஓ வி விஜயன், எம் முகுந்தன் முதலியவர்கள் சிறுகதையிலும் நாவல்களிலும் புதிய மாற்றங்களைப் புகுத்தி கொண்டு வந்தபோது விரைவிலேயே அவர்களுக்கு அங்கீகாரம் கிடைத்தது.

புதிய நோக்கிலும் உத்தியிலும் கதையிலும் அவர்களுடைய படைப்புகள் ஏற்படுத்திய புதுமை பெரிய ஒரு இலக்கியப் போக்கை மாற்றுவதற்கு அடிப்படையாக அமைந்தன. இந்தத் தீவிரமான மாற்றத்திற்கு இடையில் பழைய முறையில் எழுதிக்கொண்டிருந்த எழுத்தாளர்கள் விளிம்பு நிலைக்குத் தள்ளப்பட்டனர்.

அப்படிப்பட்ட ஒரு நிராகரிப்பை அனுபவிக்க வேண்டி வந்த ஒரு எழுத்தாளனாக தகழி மாறி இருந்தார். பிற்காலத்தில் மலையாளத்தில் மிகப் புகழ் பெற்ற நாவல்களில் ஒன்றாக கருதப்பட்ட கயிறு நாவலை வெளியிடுவதற்கு அக்கால வெளியீட்டாளர்கள் யாரும் முன்வரவில்லை.

தகழியுடன் நல்ல நட்பு கொண்டிருந்த இலக்கிய விமர்சகரான தும்பமன் தோமஸ் அந்தப் பொறுப்பை ஏற்றுக் கொண்டார். அதற்கு வேண்டி அவர் திருவல்லாவில் தொடங்கிய சமஸ்யா புக்ஸ் என்ற சிறிய வெளியீட்டு நிறுவனம் தான் கயிறு நாவலை வெளியிட முன் வந்தது.

கயிறு வெளியிடப்பட்டதோடு இலக்கிய உலகில் பெரும் சலனத்தை ஏற்படுத்தியது. தகழி என்ற எழுத்தாளனின் மறுபிறவிக்கு அது ஒரு காரணமானது. அந்தக் காலத்தில் மலையாளத்தில் மிகவும் அங்கீகரிக்கப் பட்டிருந்த வயலார் விருதும் அதற்குப் பின்னால் ஞானபீட விருதும் அவருக்கு கிடைத்தது கயிறு நாவலை முன்வைத்தாகும்.

கயிறு என்ற நாவலை எழுதும்போது மண்ணுக்கும் மனிதனுக்குமான உறவு என்ற அடிப்படைக் கருத்துத் தான் தகழியின் மனதில் தோன்றியது. நிலம் ஒரு தனியார் சொத்தாகவும் முதலீடாகவும் மாறிக் கொண்டிருந்த காலத்தில் மனிதர்களுக்கு மண்ணோடான உறவில் ஒரு தனிப்பட்ட பொருளாதார நோக்கம் தோன்றியது.

அடிப்படையில் மனிதர்கள் உட்பட உள்ள உயிரினங்கள் அனைத்திற்கும் வாழ்வதற்கு இடமாகும் பூமி. நாகரிக விரிவாக்கத்தின் ஒரு குறிப்பிட்ட காலகட்டத்தில் மனிதர்கள் உணவு சேகரித்து வாழ்ந்த காலத்தில் இருந்து மாறி தனிப்பட்ட இடங்களில் நிலைத்து வாழவும் உணவு உற்பத்திக்கான வேளாண்மைத் தொழில் செய்யவும் தொடங்கியதுடன் பூமியின் மேலான தனிப்பட்ட உரிமையும் அதற்குக் காரணமான எல்லைகளும் ஏற்பட்டன. இப்படிப்பட்ட ஒரு நீண்ட பண்பாட்டு வளர்ச்சியின் காரணமாகத் தான் நிலத்தின் உரிமைக் கை மாற்ற முறைகள் தோன்றின.

தொடக்க காலத்தில் நிலம் கைமாறுவதற்கு எந்த ஆவணங்களும் இருக்கவில்லை. அந்தக் காலத்தில் கொஞ்சம் மண்ணை பூவும் தண்ணீரும் சேர்த்து நில உடைமையாளர் வேறொருவரிடம் கொடுப்பதுதான் நிலத்தைக் கை மாறுவதற்கான குறியீட்டு முறையிலான சடங்காக இருந்தது.

அதற்கு ஆவணம் ஒன்றுமில்லை. பிறகுதான் நான்கு வார்த்தைகளில் ஓலையில் எழுதிக் கொடுக்கப்பட்ட ஆவண முறை

ஏற்பட்டது. காகிதத்தில் நிலத்தைப் பதிவு செய்யும் முறை ஆங்கிலேயர்களின் வருகைக்குப் பின்தான் தொடங்கியது. இந்தச் சமூக மாற்றத்தின் பின்னணியில் தனது கிராமத்தை மையப்படுத்தி நில உரிமைகளை உட்பொருளாக்கி மனித வாழ்வியல் மாற்றங்களைக் கதைக் கருவாக ஒரு கதைத் தொகுப்பை தகழி கயிறில் படைத்தார்.

ஊருக்கு முக்கியத்துவம் அளிக்கும் படைப்பாகும் கயிறு. அகச்சான்றுகளிலிருந்து உணர்வது குட்ட நாட்டில் அம்பலப்புழைக்கு அருகில் உள்ள ஒரு கிராமம் தான் நாவலில் காட்டப்பட்டுள்ள கிராமம் என்பதைப் புரிந்து கொள்ள முடிகிறது. ஒரு வேளை அது தகழி என்ற கிராமமாகவும் இருக்கலாம். நாவலில் அந்தக் கிராமத்தைக் குறித்து அது தகழிதான் என்று எங்கும் வெளிப்படையாகக் குறிப்பிடவில்லை.

நாவலில் உள்ள கிராமத்தில் சமூக வாழ்வின் முக்கிய இடம் தர்மசாஸ்தாவின் கோவிலாகும். உண்மையில் தகழி என்ற கிராமத்தின் முக்கியமான கோவிலும் தர்மசாஸ்தா கோவில்தான். இதுபோன்ற குறிப்புகளிலிருந்து புரிந்துகொள்வது தகழி சிவசங்கரப்பிள்ளையின் பிறந்த ஊரான தகழி என்ற கிராமம்தான் படைப்பாக்க உத்திகளோடு புனையப்பட்ட கயிறு நாவலில் உள்ள கிராமம்.

தகழி சிவசங்கரப்பிள்ளை குட்ட நாட்டின் கதை எழுத்தாளர் என்று குறிப்பிடுவதுண்டு. அந்தச் சிறப்புக்கு அவர் தகுதி பெற்றது கயிறு என்ற நாவலைப் புனைந்த பிறகாகும். இதற்கு முன்பும் அவர் எழுதிய கதைகளிலும் நாவல்களிலும் குட்ட நாட்டின் கிராமங்கள் ஆங்காங்கே புனையப்பட்டுள்ளன எனினும் அவற்றைவிடப் புனைவு வெளியில் முற்றிலுமாகப் பரந்து விரிந்து காணப்படும் ஒரு பின்னணியாக நிலக் கூறு காணப்படுகிறது.

பல தலைமுறைகளாகக் கதாபாத்திரங்கள் கடந்து வந்து அவர்களுடைய வாழ்க்கை நாடகத்தை ஆடிச் செல்லும் கதை மேடை என்ற நிலையில் அல்லாமல் நீண்ட காலப் பின்னணியில் ஏற்படும் சமூக மாற்றங்களுக்கான இடம் என்ற நிலையிலும் இந்த நாவலில் காட்டப்படும் இடம் முக்கியத்துவம் பெறுகிறது. அந்த நிலையில் கயிறு என்ற நாவலின் தொடக்கம் முதல் இறுதி வரை இடையறாது காணப்படும் கிராமத்திற்கு இன்றியமையாத பங்கு உள்ளது. அது மட்டுமல்ல நாவலின்

அடிப்படையான உட்பொருள் நிலத்தோடும் நில உரிமையோடும் தொடர்புடையதாகும். மண்ணுக்கும் மனிதனுக்குமான உறவைச் சிக்கலாக்கம் செய்துள்ளார். அதுபோன்ற ஒரு உட்பொருளை கதைக்கருவாக்கும் போது இயல்பாகவே இடம், நிலம், மண் என்ற காரணிகளுக்கு முக்கியத்துவம் வருவது இயற்கையே.

சுமார் ஒரு நூற்றாண்டு கால வெளிப்படையான வரலாறு இந்த நாவல் உருவாக்கத்தில் கடந்து வருகின்றது. திருவிதாங்கூரில் 1886-ல் அரசரின் விளம்பரப் படி ஆரம்பித்த கண்டெழுத்து (தனியாரின் நிலச் சொத்துக்களை அரசு அதிகாரிகள் வந்து அளந்து எல்லைகள் குறித்து பத்திரம் எழுதி வரி அடைப்பதற்கு பதிவு செய்த ஒரு முறையாகும். திருவிதாங்கூர் மன்னர் முதன் முதலில் இதைச் செய்தார்.

அதற்கு முன்பு நில உரிமைப் பத்திரங்கள் இல்லாமல் இருந்தன.) காலம் முதல் 1970-இல் நிலச் சீரமைப்பு சட்டம் அமுலுக்கு வரும் வரையிலான காலம்தான் படைப்பில் வெளிப்படையாக வருகின்றது. அதற்கு முன்பு 1835-இல் நடந்த கண்டெழுத்து காலத்தின் நிகழ்வுகள் நாவலின் தொடக்கப் பகுதிகளில் கதாபாத்திரங்களின் நினைவுகள் வழியாக, செவிவழிச் செய்தியாக, அதை குறித்த உரையாடல்களாகச் சித்திரிக்கப்படுகின்றன.

அதுமட்டுமல்லாமல் கதாசிரியர் நேரடியாகப் படைக்கும் தொன்மங்களினுடையதும் ஐதீகங்களினுடையதுமான குறிப்புகள் வழியாக வெளிப்படுகின்ற இறந்தகாலம் ஆகியவற்றின் பின்னால் காலம் குறித்த குறிப்புகள் பரந்து கிடக்கின்றன.

கண்டெழுத்து நடத்துவதற்காக நாட்டின் தலைநகரமான திருவனந்தபுரத்தில் இருந்து கிளாசிப்பேரு என்ற அதிகாரி கதை நிகழ்விடமான குட்டநாட்டு கிராமத்திற்கு வருகிறார். கிளாசிப்பேர் என்றால் கிளாசி.ஃ.பையர். அதாவது பூமியைத் தரம்பிரித்து வரி நிச்சயிக்கும் அதிகாரி. கொச்சுப்பிள்ளா என்பதுதான் அந்த அதிகாரியின் பெயர்.

அந்த அதிகாரிக்கும் மனைவிக்கும் தங்குவதற்காக கிராமத்தில் கோவிலுக்கு அருகில் உள்ள எருமத்ர மடத்தை அதிகாரிகளின் தலைமையில் கோவில் பணியாளர்கள் துடைத்து சுத்தம் செய்கின்றனர்.

அதுவரை எருமத்ர மடத்தில் பிராமணர்கள் மட்டுமே தங்கி இருந்துள்ளனர். கோவில் பூசைக்கு திருவனந்தபுரத்திற்கு போகும் வடக்கன் நாடுகளில் இருந்து வரும் நம்பூதிரிகள் தங்குவதற்கான இடைத்தாவளமாக இருந்தது இந்த எருமத்ர மடம் வீடு. அந்த வீடுதான் சூத்திரனான கொச்சுப்பிள்ளைக்குக் குடும்பமாக தங்குவதற்குக் கொடுக்கப்படுகிறது.

காரணம் வேறொன்றும் அல்ல அவர் அதிகாரமுடைய அதிகாரியாகும். நாட்டை ஆளும் அரசனுக்கு விருப்பமான நபர். இவ்வாறு நாவலின் தொடக்கப் பகுதியிலேயே தகழியின் ஒரு விருப்பமான உட்பொருள் நாவலின் அமைப்பில் விரிந்து வருகிறது. அதிகாரமும் சமூகமும் என்ற உட்பொருள் அது.

கண்டெழுத்து நடக்கப் போகிறது என்ற செய்தி கேட்டவுடன் ஊர் மக்களுக்கு எல்லாம் அச்சம் ஏற்பட்டது. அதுவரை உள்ளூர் வரியாகக் கொடுத்துக்கொண்டிருந்த ராஜபோகம் அல்லது நிலவரி இனி பணமாகக் கொடுக்க வேண்டும். நிலத்தில் கிடைக்கும் ஆதாயத்தின் அடிப்படையில் அல்லாமல் பூமியின் பரப்பு அடிப்படையில் இனி வரி கொடுக்க வேண்டி வரும். விருப்பம் இல்லாதவர்களிடம் பூமியைக் கட்டாயப்படுத்தி கொடுத்தால் வரிகொடுத்து அழிந்து போவார்கள் என்ற பயம் எல்லோருக்கும் இருந்தது. பொது மக்களுக்கிடையில் இந்த பயம் பரப்பி கிளாசிபேரும் சர்வேயர் நாகம் பிள்ளையும் பெரிய அளவில் லஞ்சம் வாங்கிக் கொண்டு பூமியளந்து திரும்பக் கொடுத்தனர். கோவில் இனாமும் பிராமண இனாமும் எல்லாம் வாய் மொழியாக இருந்ததால் நம்பூதிரிகளும் தமிழ் பிராமணர்களான பட்டர்களும் ஏராளமான பூமியைத் தங்களது பெயர்களில் மாற்றிக் கொண்டனர்.

உழைக்காமல் குத்தகை வாங்கி உண்டு வாழ்ந்திருந்த நாயர் மக்களின் பூமி மெல்ல மெல்ல உழைப்பாளிகளான கிறிஸ்தவர்களின் கையில் போய் சேர்கிறது. அவர்கள் நில உரிமையாளர்களாக மாறுகின்றனர். அவர்கள் விவசாயத்தை நவீனமயமாக்குகின்றனர். அவர்கள் விவசாயத்தை ஒரு லாபகரமான தொழிலாக மாற்றுவதற்கு முயற்சித்தனர். அதற்காக அவர்கள் இயந்திரங்களைப் பயன்படுத்தத் தொடங்கினார்.

மண்ணை உண்மையாக நேசிக்கவும் அதில் எலும்பொடிய வேலை செய்யவும் செய்து தங்கம் விளைவிக்கவும் செய்தனர் குட்ட நாட்டு கிறிஸ்தவர்கள். குடும்பப் பெருமைக்கும் ஆசாரங்களுக்கும் முக்கியத்துவம் கொடுத்த நாயர் குடும்பங்கள் அழியவும் அந்த இடத்தில் உழைப்பாளிகளான கிறிஸ்தவர்கள் வளர்ந்து வந்ததன் சமூக மாற்றத்தை கயிறு நாவலில் தகழி சித்தரிக்கிறார்.

கடன் வாங்கி திருமணங்களும், பூப்புனித நீராட்டுகளும் கொண்டாடிக் கொண்டிருந்த நாயர் குடும்பங்களில் நிலங்கள் அவர்களிடமிருந்து கை விட்டுப் போயின. அவ்வாறு ஒரு காலத்தில் ஊர்த் தலைவர்களாக இருந்த நாயர் குடும்பங்கள் அழிந்து இல்லாமல் போனது. கோடாந்தர, சீரட்டா, மங்களசேரி, கோநோத்து முதலிய புகழ்பெற்ற நாயர் குடும்பங்களின் புகழ் இந்த சமூக மாற்றத்தால் அஸ்தமனமாகிவிட்டது.

வீடு வீடுகளாக ஏறித் துணி விற்று பணம் சம்பாதித்து குட்டநாட்டில் இடம் பிடித்த தமிழ் பிராமணனான மாங்கொம்பில் சாமி வட்டிக்குப் பணம் கொடுத்திருந்த நாயர் குடும்பங்களின் நிலச் சொத்துக்களில் பெரும்பங்கை கைப்பற்றிக் கொண்டார். வேறொரு பாகத்தை கிறிஸ்தவர்களும் கைப்பற்றிக் கொண்டனர்.

இதற்கு இணையான சமூக மாற்றங்கள் சமூக வெளியிலும் ஏற்பட்டன. ஊர்களில் மரபார்ந்த முறையில் அடிப்படைக் கல்வி அளித்திருந்த திண்ணைப் பள்ளிக்கூடங்களின் இடத்தில் பள்ளிக்கூடங்கள் தோன்றின. அங்கு சாதி மத வித்தியாசமின்றி மாணவர்களுக்குக் கல்வி புகட்டப்பட்டது. சாதி முறையில் பிளவுகளை அது ஏற்படுத்தியது அதை ஏற்றும் எதிர்த்தும் சமூகத்தில் கருத்துக்கள் எழுந்தன.

கிராமத்தில் புதிதாகத் தோன்றிய பள்ளிக்கூடத்தில் தாழ்த்தப்பட்ட புலையர் சமூகத்தைச் சார்ந்த குழந்தைகளைச் சேர்த்துக் கொண்டதால் அந்தப் பள்ளிக்கூடத்தைத் தீ வைத்து கொளுத்தினர்.

எல்லாக் காலத்திலும் மரபுக்கும் நவீனத்துவத்துக்குமான போராட்டத்தின் வழியாகவே சமூக மாற்றங்கள் ஏற்பட்டுள்ளன. அது இருபதாம் நூற்றாண்டில் கேரள நாட்டுப்புற வாழ்வியல் சமூக மாற்றத்திலும் செயல்பட்டுள்ளதை தகழி கயிறு நாவலில் அடையாளப்

படுத்தியுள்ளார். அதன் ஒரு முகத்தைப் பள்ளிக்கூடக் கதையிலும் காணலாம்.

19-ஆம் நூற்றாண்டிலும் 20-ஆம் நூற்றாண்டின் தொடக்கத்திலும் இருபதாம் நூற்றாண்டின் தொடக்கம் வரை நிலை நின்று இருந்த பல சடங்கு சம்பிரதாயங்களுடையதும் சமூக எதிர்வினைகளினுடையதுமான முக்கியத்துவம் பெற்ற நிகழ்வுகள் கயிறு நாவலில் காணக் கிடக்கின்றன. மங்கள சேரி குடும்பத்தில் நடந்த திருமணச் சடங்கின் விரிவான வர்ணனையும் அதில் ஒன்றாகும். அது போன்ற சடங்கு சம்பிரதாயங்கள் நாயர் குடும்பங்களின் முதுகெலும்பை ஒடித்து பொருளாதார வீழ்ச்சிக்குக் காரணம் ஆயின.

சாதி முறை மிகவும் மோசமான நிலையை அடைந்தது பத்தொன்பதாம் நூற்றாண்டில் ஆகும். சாதிக்கு உள்ளே சாதி பல கிளை சாதிகள் என்ற சாதி படிநிலைகள் சமூகத்தில் குடிகொண்டிருந்தன. நாயர் சமுதாயத்திலேயே நூற்றுக்கு மேற்பட்ட கிளை சாதிகள் இருந்தன.

அவர்களுக்குள்ளேயே ஒருவருக்கு ஒருவர் தொடவோ சமையலறையில் புழங்கவோ கட்டுப்பாடுகள் நிலை நின்றிருந்தன. தமது தந்தையின் குடும்ப வீட்டு பெண்கள் தாயின் குடும்ப வீட்டிற்குச் செல்லவோ உணவு உண்ணவோ செய்திருக்கவில்லை என்று தகழி தனது சுயசரிதையில் கூறுகிறார்.

திருமண உறவுகளிலும் இதுபோன்ற விலக்குகள் இருந்தன. அவை எல்லாம் பலவகையான கலகங்கள் ஊடாகவும் ஒரு புரிதலோடும் மெல்ல மெல்ல மறைந்தன. பிற சாதிகளிலும் இதுபோன்ற முறைகள் இருந்தன. 19-ஆம் நூற்றாண்டின் இறுதியிலிருந்து 20-ஆம் நூற்றாண்டின் பகுதி வரையான கால அளவில் கேரளத்தில் கிராமிய வாழ்வில் நிலை நின்றிருந்த இதுபோன்ற சூழ்நிலைகளையும் அவற்றின் மாற்றங்களையும் தகழி கதை நிகழ்வுகள் வழி கயிறு நாவலில் படைத்துள்ளார்.

குடும்பங்களின் சாதியின் பேரிலான அர்த்தமற்ற போட்டிகள் காரணமாக வாழ்க்கையில் வெற்றி பெறாதவர்கள் கேசவனும் தேவியும். ஆனால் இது போன்ற நிலைபாடு சமூகத்தில் தீவிரமாக இருந்த காலத்திலும் சாதியைக் கடந்து மனிதர்களை மனிதர்களாகக்

கண்டவர்களையும் கயிறு நாவலில் காணலாம். தொடக்கத்தில் அதைச் சீலாந்திப் பள்ளியில் கல்யாணியம்மாவின் ஊடாகப் படைத்துள்ளார்.

சீலாந்திப் பள்ளிக்கார்கள் குழந்தைகளுக்கு எழுத்துச் சொல்லிக் கொடுப்பவர்கள் ஆவர். நூல்களைப் படியெடுப்பது அங்குள்ள பெண்களின் பணியாகும். சீலாந்திப் பள்ளியின் கல்யாணி அம்மா அந்த ஊரில் மருத்துவர் ஆவார். ஆனால் ஒரு உயிரை ஒரு உயிரிலிருந்து பிரித்தெடுக்கும் தனது தொழிலில் சாதி பார்த்திருக்கவில்லை கல்யாணி அம்மா. ஒரு இக்கட்டான சூழ்நிலையில் இஸ்லாம் பெண்ணின் பிரசவம் பார்க்கவும் அவர் துணிந்தார்.

“பிறந்து விழுந்த குழந்தைக்கு சாதி உள்ளதா? மேல் கீழ் என்று உள்ளதா?”

என்பது அக்காரியத்தில் கல்யாணி அம்மாவின் அபிப்பிராயம். கிளாசிப்பேர் கொச்சி பிள்ளையும் சீலந்திப் பள்ளியில் கல்யாணி அம்மாவும் தம்முள் உள்ள ரகசிய உறவை கந்தர்வ உறவோடு தொடர்புபடுத்தி கயிறு நாவலில் படைத்துள்ளார்.

இருபதாம் நூற்றாண்டின் தொடக்கத்தில் நாயர் சமுதாயத்தில் மருமக்கள் தாயமுறையின் தோல்வி அதன் உச்சகட்டத்தை அடைந்தது. குடும்பப் பெரியவர் குடும்பத்தில் காட்ட வேண்டிய பொறுப்பை காட்டாமல் இருக்கவும் வேற்று குடும்பத்தில் உள்ள தனது மனைவிக்கும் குழந்தைகளுக்கும் சொத்துக்களைக் கொடுக்கவும் செய்யும் முறை பரவலாக ஏற்பட்டது.

பரம்பரையாக ஒரு போதும் திறக்காத குடும்பப் புதையல் அறையைத் திறந்து தனது மனைவிக்கு ஆபரணங்கள் செய்யும் கோடாந்தர குருப்பு ஆசான், மனைவிக்கு ஆபரணம் செய்ய குடும்ப நிலத்தை விற்கும் கோணோத்துப் பிள்ளை முதலிய குடும்பத் தலைவர்கள் அந்த நடைமுறையின் பிரதிநிதிகளாவர். குடும்பங்களில் பல நூற்றாண்டுகளாக நிலைகொண்டிருந்த மனித உறவுகளின் கட்டமைப்பு உடைய இது போன்ற காரியங்கள் வழிவகுத்தன.

முன் காலங்களில் குடும்பத் தலைவர்களின் முடிவுகளையும் செயல்களையும் குடும்பத்தில் அனைவரும் ஏற்றுச் செயல்பட்டிருந்தனர்.

ஆனால் இது போன்ற வழக்கங்கள் பரவலாகத் தொடங்கியவுடன் இளைஞர்கள் இதில் தலையிடவும் எதிர்ப்பைக் காட்டவும் துவங்கினர். காலத்திற்கு ஏற்ற சிந்தனைகள் அதை ஊக்குவித்தன. அவ்வாறு கூட்டுக் குடும்ப முறைகளில் விரிசல்கள் ஏற்பட துவங்கின.

சம்பந்தம் என்ற திருமணமுறை அழிவுற்றது. இந்தப் பின்னணியில் ஆளுக்கு ஒரு பாகம் வேண்டும் என்ற கோரிக்கை உச்சத்தில் எழுந்தது. சமூக மாற்ற இயக்கங்கள் அந்த மாற்றத்திற்காக வலுவாகக் குரல் கொடுத்தன. அதன் விளைவாக ஆளுக்கு ஒரு பாகம் என்பதற்கும் மக்கள் தாயமுறை சார்ந்த குடும்ப அமைப்பிற்கும் சட்டப்படியான அங்கீகாரம் கிடைத்தது.

மருமக்கள் தாயமுறையின் இறுதிகாலத்தைக் காட்டும் பல குடும்ப வாழ்வின் சித்திரங்கள் கயிறில் உள்ளன. அன்றைய சம்பந்த முறையில் பரஸ்பர அன்பின் அடிப்படையில் ஆனதும் நிரந்தரமானதுமான தாம்பத்திய உறவுகள் அதிகமாகக் காணப்படவில்லை. புகழ்பெற்ற நாயர் குடும்பங்களில் நம்பூதிரிகளோ அவர்கள் இல்லாவிட்டால் தமிழ் பிராமணர்களோ தான் சம்பந்தம் (நம்பூதிரி குடும்பங்களில் மூத்த மகன் மட்டுமே திருமணம் செய்ய முடியும் இளைய மகன்கள் நாயர் குடும்பங்களில் உள்ள பெண்களிடம் ஒரு புடவை கொடுத்து உறவு கொண்டனர். அந்த உறவில் பிறக்கும் குழந்தைக்கு நம்பூதிரி குடும்பத்தில் எந்தவித உரிமையும் இல்லை. இந்த நம்பூதிரி நாயர் உறவைத் தான் சம்பந்த முறை என்றனர்) செய்து இருந்தனர். அந்த உறவுகளுக்கு எந்தவித உறுதியும் இல்லாமல் இருந்தது.

தனது குழந்தைகளைத் தொடக்கூட உரிமையற்ற சமூக முறைகளில் குழந்தைப் பாசம் என்பது அந்த உறவுகளில் பிறக்கும் குழந்தைகளுக்கு எட்டாக்கனியாக இருந்தது. இது போன்ற சமூகக் குறைபாடுகள் மனித உறவுகளில் ஏற்படுத்தும் விரிசல்களினுடையவும் போராட்டங்களினுடையவும் சித்திரங்கள் பல வற்றைக் கயிறு நாவலில் காணலாம்.

நாயர் சமுதாயத்தில் கூட்டுக்குடும்ப முறையின் அழிவுக் காலத்தில் காதல் என்று சொல்லும்படியான சில ஆண் பெண் உறவுகள் உருவாவதும் கயிறு நாவலில் சித்திரிக்கப்பட்டுள்ளன. குடும்பத்

தலைவர்களின் விருப்பத்தைக் கண்டுகொள்ளாமல் ஆண் தனக்கு விருப்பமுள்ள பெண்ணையும் பெண் தனக்கு விருப்பமான ஆணையும் திருமணம் செய்யலாம் என்ற முறை சாத்தியமானது. சேநாட்டு குஞ்சுவின் திருமணம் அவ்வாறாக நடந்தது. உறுதியான தாம்பத்திய உறவுகளின் மாதிரியை அவர்களது வாழ்வில் காணலாம்.

ஆனால் உயர் சாதிக்காரர்களிடம் காணப்படுவதிலிருந்து மாறுபட்ட ஒரு குடும்ப வாழ்வு தாழ்த்தப்பட்ட மக்களிடம் காணப்படுவதைக் கயிறு நாவல் காட்டுகிறது. பரஸ்பரம் ஒற்றுமையோடு வாழும் மூன்று மனைவிகள் உள்ள சேந்நன் புலையனின் குடும்ப உறவு அது போன்ற ஒரு சித்திரத்தை முன்வைக்கிறது. அந்தச் சமுதாய முறையில் ஆண்களுக்கு இணையாகப் பெண்களும் உழைத்து சம்பாதிப்பதால் அவர்களுக்கு இடையில் அதிகமான சுதந்திரமும் சமத்துவமும் இருந்தன.

சாதிக்கும் பண்ணையார் முறைக்கும் முக்கியத்துவம் இருந்த மன்னராட்சிக் காலத்தில் கிராம வாழ்வின் முக்கிய இடம் கோவிலாக இருந்தது. கோவிலின் நன்மையின் வழியாக மக்களுக்கு நன்மை பயக்கும் என்ற நம்பிக்கை மக்களிடையே ஆழமாக இருந்தது. கோவில் நிர்வாகத்தில் பண்ணையார்களுக்கே முக்கியத்துவம் இருந்தது.

துள்ளல், படையணி போன்ற கலைகள் கோவில் திருவிழாவில் இடம்பெற்றன. அந்த நாட்டுப்புற கலைகளின் தனித்தன்மை நிர்வாகிகளின் தவறுகளைச் சுட்டிக் காட்டுவதற்கான ஒரு வாய்ப்பாக அமைந்தது. இவ்வாறு கோவில் நிர்வாகத்தின் ஊழல்களும் சமூகத் தீமைகளும் எல்லாம் பொதுமக்கள் முன்னிலையில் வெளியிட கலைஞர்களுக்கு இயன்றது.

இது போன்ற நிகழ்வுகளை வேடிக்கையாக நடித்து காட்டுவதன் வழி அந்தக் கால சமூக வாழ்வியல் துடிப்புகளைக் கயிறு பதிவு செய்துள்ளது. நெல் விவசாயத்தோடு தொடர்பு கொண்ட அந்தக் காலத்தில் அடிமை முறைக்கு ஒப்பான கட்டாயத்தின் பெயரில் வேலைக்கு அமர்த்தப்பட்ட தலித் மக்களான விவசாய கூலிகளின் வாழ்வியலும் உள்ளது. அவர்களின் நம்பிக்கைகளும் சடங்குகளும் எல்லாம் சித்திரித்து அந்தக் காலத்தில் சமூகத்தின் கீழ்மட்டங்களுக்குத் தகழியின் படைப்பாக்கத்திறன் கடந்து செல்கிறது.

19-ஆம் நூற்றாண்டின் இரண்டாம் பகுதியில் கேரளத்தில் மறுமலர்ச்சிக் காலத்தின் சலனங்கள் தொடங்கிவிட்டன. அதன் தொடக்கத்தில் முக்கியமான நிகழ்வு ஸ்ரீ நாராயணகுரு நடத்திய அருவிப்புறம் (தாழ்த்தப் பட்ட சாதியினருக்கு கோவிலினுள் செல்ல அனுமதி மறுக்கப்பட்டிருந்த காலத்தில் ஸ்ரீ நாராயணகுரு அருவிப்புறம் என்ற இடத்தில் ஒரு சிவலிங்கத்தை நிறுவினார்.

உயர் சாதிக்காரர்கள் வந்து கேட்டபோது ‘இது எங்கள் சாதியைச் சார்ந்த சிவன்’ என்று பதிலளித்தார். இந்த நிகழ்வு கேரள சமூகத்தில் பெரும் தாக்கத்தையும் விழிப்புணர்வையும் ஏற்படுத்தியது.) பிரதிஷ்டை ஆகும். 1888-இல் நடந்த அந்த நிகழ்வு சாதிக் கோட்டையை உலுக்கியது. அந்தச் சூழ்நிலையில் முக்கியமான சாதிகளில் எல்லாம் சீர்திருத்த இயக்கங்கள் உருவாயின. எஸ்.என்.டி.பி. யோகம், சாது ஜன பரிபாலன யோகம், யோக க்ஷேம சபா, நாயர் சர்வீஸ் சொசைட்டி போன்றவற்றின் தோற்றம் நிகழ்ந்தன. ஒரு எல்லை வரை மூட நம்பிக்கைகளையும் தீய சடங்குகளையும் எதிர்த்து அந்தந்தச் சாதிகளுக்குள் இருந்த சீரழிவுகளை ஒழிக்க இந்தச் சமூக சீர்திருத்த இயக்கங்களால் முடிந்தது. பிற சமுதாயங்களில் ஏற்பட்ட மாற்றங்களை உள்வாங்கி ஒவ்வொரு சமுதாயமும் தம்மைப் புதுமைப் படுத்த முயன்றது. பொதுவாகவே நவீனக் கல்வியின் முக்கியத்துவத்தை உணர்ந்து கொண்டு இந்தச் சீர்திருத்த இயக்கங்கள் செயல்பட்டன.

பல நேரங்களில் ஆட்சி அதிகார மையங்களினுடையதும் பழமைவாதிகளான மேட்டுக்குடி மக்களினுடையதுமான வலுவான எதிர்ப்பைச் சந்தித்து கொண்டு விளிம்புநிலை மக்கள் முன்னேறினர். சாணார் பெண்கள் மார் மறைப்பதற்காகச் செய்த போராட்டம், தலித் மக்களுக்கும் ஈழவர்களுக்கும் பள்ளி நுழைவுக்காக நடத்திய போராட்டங்கள், முதலியவை எல்லாம் திருவிதாங்கூர் சமூக வரலாற்றில் முக்கியமான நிகழ்வுகளாகும். தீண்டத்தகாத சாதிக்காரர்கள் நடக்கவும் ஆலயங்களில் நுழைந்து வழிபடவும் அனுமதி கிடைத்ததெல்லாம் பல போராட்டங்கள் நடத்தியதன் இறுதியில்தான். திருவிதாங்கூரில் நடந்த இதுபோன்ற போராட்டங்கள் கலகங்களினுடைய அலைகள் அந்தக் குட்டநாட்டு கிராமத்தில் வந்த அடைந்ததன் சித்திரங்கள் கயிறு நாவலில் பதிவு செய்யப்பட்டுள்ளன.

நாட்டில் ஈழவ சாதித் தலைவரான முஞ்ஞிப்பள்ளி கொச்சி ராமன் வைத்தியருடைய வீட்டில் நடத்திய பந்தி உணவில் வெடிப்புரைக்கல் குஞ்சன் நாயர் கலந்துகொண்டு ஈழவர்களுடன் சமமாக இருந்து உணவு உண்டார். அது நாயர்களுக்கு இடையில் பெரும் சீற்றத்தை உருவாக்கியது. நாயர் சமுதாயம் அவருக்கு ஓர் விலக்கு ஏற்படுத்தியது. ஆனால் மெல்ல மெல்ல அதெல்லாம் மறைந்தது. மண்ணத்து பத்மநாபனின் தலைமையில் நடந்த நாயர் சமுதாய சீரமைப்பு செயல்களில் அந்தக் கிராமத்தின் நாயர் சமூக இளைஞர்களும் அதிகமாக பங்கேற்றனர்.

சமூக மாற்றங்களுடன் அரசியல் அரங்கில் வரும் மாற்றங்களும் கயிறு சுட்டுகிறது. வைக்கம் சத்தியாக்கிரகத்தைக் குறித்து கூறும்போது மகாத்மா காந்தியை குறித்தும் காங்கிரஸ் இயக்கத்தைக் குறித்தும் தகழி குறிப்பிடுகிறார். காந்திஜியின் நடவடிக்கைகளைக் குறித்து தனது ஊரில் உள்ளவர்களுக்குச் செய்திகளை விளக்கியதும் வெடிப்புரைக்கல் குஞ்சன் நாயர் ஆவார். நாட்டின் சுதந்திரத்தைக் குறித்து யாரும் சிந்திக்காத காலத்தில் காந்தியின் போராட்ட முறைகளைக் குஞ்சன் நாயர் பின்பற்றினார். படிப்படியாகக் கிராமத்தில் இளைஞர்கள் காந்தியக் கொள்கைகளிலும் வெள்ளையனே வெளியேறு என்ற முத்திரை வாசகத்திலும் ஈர்க்கப்பட்டனர். அவ்வாறு காங்கிரஸ் அரசியலுக்கு ஊர்களில் முக்கியத்துவம் கிடைத்தது. கிராமத்தில் இருந்து திருவனந்தபுரத்திற்குப் படிக்கப்போன இளைஞனான மணிகண்டன் அங்கு காங்கிரஸ் செயல்பாடுகளில் பங்கு பெறுவது குறித்தும் நாவலில் குறிப்பு உள்ளது.

படிப்படியாக ஊரில் கம்யூனிசக் கொள்கைகளும் கடந்து வந்தன. இரண்டாம் உலகப் போரின் விளைவாக நாட்டில் ஏற்பட்ட மாற்றங்கள் குறித்தும் நாவலில் குறிப்புகள் உள்ளன. அதற்கிடையில் ஊரின் வறுமையில் இருந்து தப்பிக்க பலர் மலைகளிலும் சிலோனுக்கும் தொழில் தேடிச் செல்கின்றனர். அங்கு போய் தொழில் பெற்ற நபர்கள் ஊருக்கு அனுப்பிய பணம் மணி ஆடர்களாக ஊருக்கு வந்து சேர்ந்த போது அது சமூகத்தில் பல மாற்றங்கள் ஏற்படக் காரணமாயின. அதற்கிடையில் கம்யூனிஸ்ட் கட்சியின் செயல்பாடுகளும் ஊரில் சலனங்களை ஏற்படுத்தின. சுதந்திரத்திற்குப் பிந்தைய வருடங்களில் கிராம அளவிலான அரசியல், சமூக, பொருளாதார மாற்றங்களின்

சித்திரங்கள் பலவும் இந்த மாற்றங்களைக் காட்டுகின்றன. இதுபோன்ற சமூக அரசியல் மாற்றங்களின் பின்னணியில் மனித வாழ்வியல் சூழல்களைப் படைத்து ஊரின் நிலையைக் காட்டிச் செல்கிறார்.

இந்திய சுதந்திரம், திருவிதாங்கூரின் பொறுப்பாளர் ஆட்சி, தேர்தல், திருக்கொச்சி கலப்பு, கேரள மாநிலத் தோற்றம், கேரள சட்டசபை தேர்தலில் கம்யூனிஸ்ட் கட்சியின் தலைமையிலான அமைச்சரவை, கேரள சட்டசபையின் பொறுப்பேற்றல் - இவ்வாறு இருபதாம் நூற்றாண்டில் பகுதியில் ஏற்பட்ட வரலாற்று நிகழ்வுகள் அந்தக் கிராம வாழ்வில் ஏற்படுத்தும் சலனங்களைச் சித்திரிப்பதாக இந்த நாவல் அமைந்துள்ளது. கம்யூனிஸ்ட் கட்சித் தொண்டரான சுரேந்திரன் ஊரில் தலித் விவசாயத் தொழிலாளிகளை ஒருங்கிணைப்பதிலும் அந்தத் துறையில் வெற்றி பெற்ற நபர் தலைவராக வந்து ஆட்சி செய்வதன் கதைகள் தொடர்ந்து வருகின்றன. நக்சலைட் இயக்கத்தின் கொள்கைகளில் ஈர்க்கப்பட்ட சலீலின் எதிர்ப்பினுடையதான அக்காலத்தின் இளைஞர்களின் வாழ்வியல் சித்திரங்கள் 1970-களில் கேரளத்தின் இயல்பான உண்மைகளாய் இருந்தன. அவற்றையும் தகழி கயிறு நாவலில் காட்சிப்படுத்தியுள்ளார்.

நாவலின் மையக் கதைக் கருவோடு தொடர்பு கொண்ட முக்கியமான ஒரு சீர்திருத்தமான - நிலச் சீர்திருத்த மசோதாவை 1957-இல் அரசாங்கம் சட்டமாக்க முயற்சி செய்யினும் நடைமுறைக்கு வரவில்லை. அதன் காரணமாக அமைச்சரவை விழுந்தது. மீண்டும் சில அமைச்சரவைகள் தோன்றியதற்கு பிறகு 1970-களில் தான் சில மாற்றங்களோடு எனினும் அந்த மசோதா சட்டமாக அமலுக்கு வந்தது. அது நடைமுறைக்கு வந்தபோது ஏற்பட்ட சிக்கல்களைத் தீர்க்க அரசாங்கம் நிலத் தீர்ப்பாயங்களை உருவாக்கியது. அதில் ஒன்று அந்த ஊரிலும் வந்தது. குடிகிடப்புக்காக (குடியிருக்கும் வீட்டின் மீதான உரிமை) பதிவு செய்தவர்களுக்கு 10 சென்ட் நிலம் பதிவு செய்து கொடுக்கவும், குத்தகைக் காரர்களுக்கு அவர்கள் வேளாண்மை செய்யும் நிலங்களைப் பட்டையம் செய்து கொடுக்கவும், மிச்ச பூமியை அரசாங்கமே ஏற்று நிலமற்றவர்களுக்குப் பங்கிட்டுக் கொடுக்கவும் செய்யும் ஒரு நிறுவனமாக நிலத் தீர்ப்பாயங்கள் செயல்பட்டன.

கண்டெழுத்தின் காலம் முதல் நிலத் தீர்ப்பாயங்களின் காலம் வரை நிலத்தோடு தொடர்புடைய ஆட்சி அதிகாரத்தின் ஒரு இழைதான் கயிறில் சிதறிக்கிடக்கும் கதை நிகழ்வுகளையும் மனிதர்களையும் இணைக்கும் ஒரு காரணி. அதை வெளிப்படையாகக் காண இயலாது. நாவலின் தொடக்கத்திலும் இறுதியிலும் சித்தரிக்கும் காரணிகள் வரலாற்றின் போக்குகளைக் குறிப்பனவாக உள்ளன. அங்கு ஒரு செயல் வட்டம் நிறைவடைகிறது. அரசன் நியமித்த கிளாசிஃபையரில் தொடங்கி மக்களாட்சி அமைச்சரவை நியமித்த நிலத் தீர்ப்பாயத்திற்கு வரும்போது அந்த வட்டம் நிறைவடைகிறது. ஊரின் பகுதியிலிருந்து தலைமை நிலையிலான பங்களிப்பு கண்டெழுத்துக்காலத்தின் குடும்பத் தலைவர்களில் தொடங்கி மக்களாட்சி முறையின் பஞ்சாயத்துத் தலைவர்கள் வரை அந்தச் செயல் வட்டம் நிறைவடைகிறது. அவ்வாறு நில உடைமையினுடையதும் நில விநியோகத்தினுடையதுமான ஒரு புதிய முறை உருவாகிறது.

நாவலின் இறுதி ஆகும்போது விவசாயம் அதன் மரபார்ந்த முறைகளில் இருந்து மிகவும் விலகிச் செல்கிறது. வாழ்வாதாரமும் பண்பாடும் என்ற நிலையிலிருந்து லாபம் உருவாக்க தகுந்த ஒரு தொழில் என்ற நிலைக்கு விவசாயம் மாறுகிறது. விவசாயத்தின் தொடக்க காலம் முதல் தொடர்ந்து வந்த ஒரு உணர்வே விவசாயிக்கு மண்ணுடன் இருந்த உறவு. புதிய காலத்தில் விவசாயி மண்ணை லாபம் ஈட்டும் ஒரு பொருளாகவே காண்கிறான். பழைய விவசாயி கேட்கும் "இங்குள்ள மனிதர்கள் எல்லாம் உண்ண வேண்டாமா" என்ற கேள்விதான் கயிறு என்ற நாவல் காலத்திற்கு நேராக எழுப்பும் கேள்வி.

நிலத்தில் உணவு உற்பத்தி செய்தால் மட்டுமே மனிதர்களுக்கு மட்டுமல்ல பிற உயிரினங்களுக்கும் உண்டு வாழ முடியும். இந்த உண்மை நிலை நிற்கும் காலம் வரை உணவு உற்பத்தி ஒரு பெரிய பண்பாட்டின் கூறாகவே அமையும். நவீன காலத்தின் மனிதன் இலாப உற்பத்திக்கான வேட்கையின் இடையில் இந்தக் கண்ணோட்டத்துடன் கலகித்து நிற்கும் ஒரு நிலைபாடு ஏற்படுகிறது என்பதுதான் உண்மை.

9.சுயசரிதையும் பிறவும்

மலையாளத்தில் சிறுகதை நாவல் இலக்கிய அரங்கில் பெரும்கொடைகள் வழங்கிய தகழி சிவசங்கரப் பிள்ளையின் நூல்கள் அந்த வகைகளில் மட்டும் ஒதுங்கி நிற்பன அல்ல. சுயசரிதை சார்ந்த படைப்புகளும் நாடகங்களும் பயண நூல்களும் என அவருடைய பிற படைப்புகள் பல உள்ளன.

அவற்றில் குறிப்பிடத்தகுந்தது ‘என்டே வக்கீல் ஜீவிதம்’ (எனது வழக்கறிஞர் வாழ்க்கை) (1961), ‘என்டெ பால்ய கால கத’ (என் இளமைக்கால கதை) (1967), ‘ஓர்மையுட தீரங்களில்’ (நினைவுகளின் கரைகளில்) (1985) முதலியவை சுயசரிதை சார்ந்த படைப்புகளாகும். இந்த மூன்று நூற்களையும் சேர்த்து தகழி சிவசங்கரப் பிள்ளையின் மரணத்திற்குப் பிறகு ஆத்ம கத (2007) (சுயசரிதை) என்ற பெயரில் ஒரு நூல் வெளியிடப்பட்டுள்ளது.

எழுதி வெளியிடப்பட்ட காலத்தை வைத்து பார்க்கும் போது இந்தக் கூட்டத்தில் முதலில் எழுதிய நூல் என்டெ வக்கீல் ஜீவிதம் என்பதாகும். ஆனால் தகழி சிவசங்கரப் பிள்ளை என்ற ஆளுமையின் வாழ்வின் தொடக்க கால அனுபவங்களை வெளியிடும் நூல் என்ற நிலையில் முதலில் குறிப்பிடப்பட வேண்டியது இரண்டாவது வெளியிட்ட என்டெ பால்யகால கதா (எனது இளமைக்கால கதை) ஆகும்.

ஆனால் 55 வயதில் தகழி இளமைக்கால நினைவுகளை எழுதும்போது இளமைக் காலத்தின் காரியங்கள் மட்டுமல்ல பிற்கால அனுபவங்களும் அதில் கடந்து வருகின்றன. தகழிக்கு நாற்பத்தி மூன்று வயதான போது அவருடைய தந்தை இறந்ததைப் பற்றிய நினைவுகள் அப்படிப்பட்ட ஒன்றாகும். ஓர்மையுட தீரங்கள் (நினைவுகளின் கரைகள்) என்ற புத்தகம் சரியான காலத் தொடர்ச்சியை சிந்தித்து எழுதிய நினைவுகளின் தொகுப்பு அல்ல.

அதில் இளமைக்காலத்தில் சில நினைவுகள் உள்ளன. இருப்பினும் உயர்நிலை கல்விக்கால நினைவுகளுக்கு தான் அதிக முக்கியத்துவம் அளிக்கப்பட்டுள்ளது. தான் எவ்வாறு ஒரு கதாசிரியரும் நாவலாசிரியரும் ஆனார் என்ற காரியத்திற்குப் பல இயல்களிலும் முக்கியத்துவம் கிடைத்துள்ளது.

தந்தை புராணக்கதைகளைச் சொல்லித் தந்ததும் நாட்டுப்புற மதிப்பீடுகள் மனதில் பதியும் படியான பாடங்கள் தந்ததும் என்டெ பால்யகால கதையில் சொல்லப்படுகின்றன. இவையெல்லாம் தகழியின் ஆளுமையை உருவாக்கிய காரணிகளாகும். இவற்றின் தாக்கங்கள் தகழியின் படைப்புலகத்தில் அறியக் கிடக்கின்றன. இளமைக்காலத்தின் தகழி கிராமத்தின் நிலையும் அன்றைய வாழ்க்கைச் சூழலும் உறவு முறைகளும் எல்லாம் என்டெ பால்யகால கதையில் கூறப்படுகின்றன. ஆளுக்கொரு பாகம் வந்ததோடு குடும்பங்களில் குடும்பத் தலைவர்களின் ஆட்சி வலுவிழந்து மக்கட்தாய முறையிலான குடும்ப முறைகள் உருவாகவும் செய்தன.

சட்டம் வருவதற்கு முன்பே அந்த முறையிலான மாற்றங்கள் நாயர் சமுதாயத்தில் தோன்றி விட்டிருந்தன. தகழிக்கு நினைவு வந்த காலம் முதல் அவரது தந்தை குடும்பத் தலைவராக உள்ள வீட்டில் தான் வசித்து வந்தார். இருப்பினும் தாயின் குடும்பத்துடன் உறவு இருந்தது. மெல்லமெல்ல நிலத்தின் உரிமை குறித்து மாமன்மார்களுடன் வழக்குகள் தோன்றின. குடும்பத்தில் அனைவரும் விரும்பிப் பிறந்த ஆண் குழந்தையான தன்னோடு மிகுந்த பாசம் வைத்திருந்த மாமன்மார்கள் இந்தப் பிரச்சனையைத் தொடர்ந்து கோபத்தோடும் வெறுப்போடும் நடந்து கொண்ட வேதனையான நினைவுகளைத் தகழி எழுதியுள்ளார்.

சுருக்கத்தில் கேரள சமூகத்தில் ஒரு பெரிய சமூக மாற்றத்தின் நினைவுகளைத் தான் இந்த புத்தகத்தில் தகழி எழுதியுள்ளார். அந்த நினைவுக் குறிப்பில் கூறுகின்ற பல காரியங்களும் சூழ்நிலைகளும் குடும்ப வர்ணனைகளும் எல்லாம் கதை முலாம் பூசப்பட்டு மாற்றி கயிறு நாவலிலும் சில சிறுகதைகளும் தகழி படைத்துள்ளார். தனது தொடக்கக் கல்விக் காலத்தில் நண்பர்களோடு விளையாடிய விளையாட்டுக்கள் கோவில் திருவிழாக்கள் அன்றைய வாழ்க்கை முறைகளின் தனித்தன்மைகள் தனது மனதில் பதிந்துள்ள வயதான சில நபர்களின் குணங்கள் என்பவற்றையெல்லாம் என்டெ பால்ய கால கதையில் கூறிச் செல்கிறார்.

என்டெ வக்கீல் ஜீவிதத்தில் 1937 முதல் 20 ஆண்டு காலத்தில் கிராமத்தின் தனித்தன்மை மாறாத சிறு நகரமாக இருந்த அம்பலப்

புழையில் வக்கீலாகச் செயல்பட்டு இருந்த தனது அனுபவங்களைத் தகழி குறிப்பிட்டுள்ளார். தொடக்கத்தில் வருமானம் சிறிதும் இல்லாமல் வழக்கறிஞரின் பெருமை காத்துக்கொண்டு வாழ்வதற்கு சிரமப்பட்டதன் நினைவுகள் அதில் உண்டு. நீதிமன்றத்திற்கு அருகில் உள்ள உணவு விடுதியில் உணவு உண்டதன் பணம் கொடுக்க முடியாமல் திணறியதையும் அம்மா வீட்டில் வளர்த்து இருந்த பசுவின் நெய் விற்ற பணம் கொண்டு உணவு விடுதியில் கடன் கொடுக்க நேர்ந்ததையும் எல்லாம் தகழி இயல்பான நகைச்சுவையோடு கூறுகிறார்.

வக்கீலாகத் தகழி சிவசங்கரப்பிள்ளையுடைய கட்சிக்காரர்கள் பெரும்பாலும் அனைவரும் ஏழைகளான தொழிலாளர்களும் வசதி இல்லாதவர்களும் சாதாரண மக்களுமாக இருந்தனர். இருப்பினும் தகழி அவர்களின் வழக்குகளை நடத்தினர் அது அவருக்கு இருந்த சமூக உணர்வின் காரணமாக இருந்தது.

அக்காலத்தில் சிறு நீதிமன்றங்களில் வேலை செய்துவந்த வழக்கறிஞர்கள் குமாஸ்தாக்களுடைய பலவகையான கேளிக்கைகளும் கட்சிக்காரர்களை ஏமாற்றி பணம் வாங்குவதன் தந்திரங்களையும் எல்லாம் தகழி நகைச்சுவையோடு சித்தரித்துள்ளார்.

குறிப்பிடும்படியான பொருளாதார லாபம் இல்லாவிடினும் எழுத்தாளராக வளர்வதற்கான வாழ்வியல் அனுபவங்களும் மனித மனங்களைக் குறித்த அறிவுகளும் பெருமளவு பெற்றுக்கொள்ள இந்த வழக்கறிஞர் வாழ்வு அவருக்கு உதவியாக இருந்தது என்று அவர் கூறுகிறார்.

ஓர்மையுட தீரங்களில் *1980*-களில் தகழி எழுதிய நினைவுக் குறிப்புகள் ஆகும். என்டெ பால்யகால கதையைப் போலவோ என்டெ வக்கீல் ஜீவிதம் போலவோ ஒரு குறிப்பிடத்தகுந்த காலகட்டத்தை மையப்படுத்தி எழுதப்பட்டதாகும் இது என்று கூற முடியாது. இளமைக் கால அனுபவங்களும் பள்ளிக்கூட அனுபவங்களும் கூறப்படுகிறது.

திருவனந்தபுரத்தில் ப்லீடர்ஷிப் தேர்வுக்குப் படிக்கப் போனது முதல் ஏற்பட்ட அனுபவங்களுக்குத் தான் முக்கியத்துவம் கொடுத்து எழுதியுள்ளார். தான் எழுத்தாளராக வளர்ந்து வந்ததன் ஒரு சித்திரத்தைக் கொடுக்க இந்தப் புஸ்தகத்தில் சிதறிக்கிடக்கும் செய்திகள் வழி தகழி

முயன்றுள்ளார். முக்கியமான நாவல்களின் படைப்பு அனுபவங்கள் அவற்றில் உட்படும். தனது வாழ்வில் மிகுந்த தாக்கத்தை ஏற்படுத்திய கேசரி பாலகிருஷ்ண பிள்ளை, ஈ.வி. கிருஷ்ணபிள்ளை, நீண்ட நாள் நண்பர் என். ஸ்ரீகண்டன் நாயர், இலக்கிய உலகில் நண்பர்கள், உடன் பணியாற்றும் ஜோசப் முண்டசேரி, குற்றிப்புழை கிருஷ்ணபிள்ளை, கேசவதேவ், சங்கம் புழை முதலிய பலருடைய நினைவுகளைத் தகழி கூறிச் செல்கிறார். தமது காலகட்டத்தின் இலக்கிய அரசியல் சலனங்களோடான தகழியின் எதிர்வினைகளை இந்த நினைவுக் குறிப்புகளில் காணலாம்.

தகழி சிவசங்கரப் பிள்ளை எழுதிய நாடகம் 'தோற்றில்ல' (தோற்கவில்லை). 1946-இல் புத்தக வடிவில் வெளியிடப்பட்ட இந்த நாடகத்திற்கு மூன்று பதிப்புகள் வந்தன. திருவிதாங்கூரின் மாநில காங்கிரஸ் போராட்டத்தின் பின்னணியில் கொள்கை வீரனான ஒரு சுதந்திரப் போராட்ட வீரரை மையப்படுத்தி எழுதிய நாடகம் ஆகும் இது. புத்தகமாக வெளி வருவதற்கு முன்பு தனது சொந்த கிராமத்தில் தகழி சிவசங்கரப் பிள்ளயே கதாநாயகனாக நடித்து இந்த நாடகத்தை அரங்கேற்றியுள்ளார். ஆனால் நாடகம் அரங்கத்தில் வெற்றி பெறவில்லை என்று தகழியே கூறியுள்ளார்.

செம்மீன் ஆங்கிலத்தில் வெளியிடப்பட்டதோடு தகழி சிவசங்கரப் பிள்ளை என்ற இந்திய எழுத்தாளர் மேற்கத்திய நாடுகளிலும் கவனிக்கப்பட்டார். அந்தப் பின்னணியில் தான் அமெரிக்க எழுத்தாளர் சங்கம் தகழியை அமெரிக்கா சுற்றிப்பார்க்க அழைத்தது. 1962 அக்டோபர் முதல் மூன்று மாதங்கள் தகழி அமெரிக்க ஐக்கிய நாடுகளில் விரிவாகப் பயணம் மேற்கொண்டார்.

பல பல்கலைக் கழகங்களைப் பார்வையிட்டார். எழுத்தாளர்களும் மாணவர்களும் அடங்கும் வாழ்வின் பல நிலைகளில் உள்ளவர்களுடன் அவர் உரையாடினார். வெள்ளை மாளிகையை அவர் பார்வையிட்டார். அமெரிக்க வாழ்வு தனது மனதில் பதித்த முத்திரைகளைப் பிறகு தகழி பயணக் குறிப்பாக எழுதியுள்ளார். மலையாளத்தில் மிகவும் கவனிக்கப்பட்ட வார இதழான கௌமுதி அமெரிக்கன் திரசீல என்ற பயண விவரத் தொடரை வெளியிட்டது. 1967-ல் புத்தகமாக அது வெளிவந்தது. அமெரிக்க வாழ்வையும் உலக அரசியலில்

அமெரிக்காவின் தலையிடுதல்களையும் எல்லாம் தகழி விமர்சனப் பார்வையோடு இந்தப் புத்தகத்தில் மதிப்பிடுகிறார்.

கட்டுரை வடிவில் உள்ள பல எளிய வாழ்க்கைக் குறிப்புகளின் தொகுப்பு தான் 'கால் பாடுகள்'. பள்ளி மாணவர்களுக்குத் துணைப் பாட புத்தகமாக்க வேண்டும் என்ற இலக்கோடு எழுதப்பட்டது என்று தோன்றுகிறது இந்த கட்டுரைத் தொகுப்பு. ஆல்பர்ட் சுவைட்சர், ஐசக் நியூட்டன், காரல்மார்க்ஸ், கோப்பர்நிக்கஸ், சார்ள்ஸ் டார்வின், லூயி பாஸ்ச்சர், ரூஸோ, மோர்ஸ், ரைட் சகோதரர்கள், மகாத்மா காந்தி, ஜவஹர்லால் நேரு முதலியவர்களின் எளிய வாழ்க்கை வரலாறுகளும் ஐக்கிய நாட்டு சபை குறித்த ஒரு கட்டுரையும் இந்தப் புத்தகத்தில் உள்ளன.

தகழியின் கட்டுரைகளும் குறிப்புகளும் நேர் முகங்களும் பிறவும் அடங்கிய பல செய்திகள் இப்போதும் வார இதழ்களிலும் நினைவு குறிப்புகளுமாக மறைத்து கிடக்கின்றன. அப்படிப்பட்ட தகவல்களின் ஒரு தொகுப்பை கேரளப் பல்கலைக்கழக நூலகத்தின் கேரளக் கல்வி மையம் ஆவணப்படுத்தியுள்ளது. அவற்றில் கூடுதலானவை தமது காலகட்டத்தில் ஏற்பட்ட பிரச்சனைகளை விமர்சனக் கண்ணோட்டத்தோடு எவ்வாறு ஒரு எழுத்தாளர் அணுகியுள்ளார் என்பதன் விளக்கங்கள் ஆகும். மற்றொன்று தனது எழுத்தின் உளோட்டங்களை விளக்கும் படைப்புகளாகும். கேரளப் பல்கலைக்கழகத்தில் தகழி நடத்திய சிவி ராமன் பிள்ளை உரை அந்த வகையில் உட்பட்ட ஒரு முக்கியமான கட்டுரையாகும். அதில் சமூகத்தை நுட்பமாகவும் விமர்சன பூர்வமாகவும் காணுகின்ற எழுத்தாளரின் முன்னிலை உள்ளது. இதுபோன்ற கட்டுரைகளிலும் குறிப்புகளிலும் நேர் முகங்களிலும் எல்லாம் காண்பது சமூகத்தில் பொறுப்புணர்வோடு எதிர்வினை ஆற்றி கொண்டிருந்த ஒரு எழுத்தாளரை எனலாம்.

10. தகழி என்னும் காவியப் படைப்பாளன்

பரந்துபட்ட ஒரு இலக்கிய உலகை உருவாக்கிய எழுத்தாளர் தகழி சிவசங்கரப் பிள்ளை. ஒவ்வொன்றாகத் தனித்து நின்ற போதும் தகழியின் படைப்புகள் மொத்தமாகச் சேர்ந்து உருவாகும் ஒரு முழுத்தொகுப்பு உருவமும் உள்ளது. அது இருபதாம் நூற்றாண்டின் கேரள சமூக வளர்ச்சியைப் பதிவு செய்யும் ஒரு காவியம் ஆகும். மிகப்பெரிய அந்த காவியத்தின் கிளைக் கதைகள் தான் தகழியின் படைப்புகள் ஒவ்வொன்றும்.

வாழ்க்கையை அதன் சமூக மதிப்புகளுக்கு முக்கியத்துவம் கொடுத்து மொத்தமாகப் பார்க்கவும் படிக்கவும் சித்திரிக்கவுமே தகழி எப்போதும் முயன்றுள்ளார். அவ்வாறுதான் சிறுகதை எழுத்தாளராக இருந்த தகழி மெல்ல மெல்ல நாவல் எழுதுவதை மையப்படுத்தினார். வாழ்க்கையை ஆழத்திலும் அகலத்திலும் காண்பதற்கு வாய்ப்புள்ள மனித நிலைமைகளையும் தர்ம சங்கடங்களையும் உள்வாங்கி படைக்க இடம் தரும் இலக்கிய வடிவமாகும் நாவல்.

அதைக் குறித்து தகழி இவ்வாறு எழுதுகிறார் “சிறுகதை வழியாக வாழ்வைக் குறித்து சிந்திக்கும்போது தருக்க உணர்வு அடி மனதில் பரந்து கிடக்கின்றது என்பதை மறைத்து வைக்க முடியாது” என்று கூறுகிறார். “பல காரியங்களை இப்போது சொல்ல வேண்டியுள்ளது.

பிரச்சனைகள் ஒன்றோடொன்று தொடர்புற்று சிக்கலாகக் கிடக்கின்றன. ஒன்றைக் குறித்து சிந்திக்கும்போது மற்றொன்றுக்கு மனது செல்கிறது. கதையின் கட்டமைப்பினுள் சொல்வதற்கு அடங்காமல் செல்கின்றது என்பது உண்மைதான்” இவ்வாறு எழுத்தாளர் சொல்வதில் இருந்தே எவ்வாறு அவர் வாழ்வைக் கண்டிருந்தார் என்பது விளங்கும்.

வாழ்க்கை என்ற நிகழ்வில் பல நூல்களை ஒன்றோடொன்றை தொடர்புபடுத்திக் காணமுடிந்தால் தான் தகழியின் படைப்புகள் எல்லாம் ஒன்றிணைந்து ஒரு மொத்த உருவத்தை உருவாக்கும். வாழ்க்கையின் ஏதாவது ஒரு புள்ளியை மையப்படுத்துவதாக இருந்தன தகழியின் சிறுகதைகள். சலனம் ஏற்படவும் மாற்றங்கள் உருவாகவும் செய்யும் வாழ்வில் மனிதச் சூழல்களைத் தகழி சித்தரித்துள்ளார். தனக்கு

அறிமுகமான வட்டாரங்களுடைய, காலத்தினுடைய, சமூகத்தினுடைய பின்னணியில் வரைந்த வாழ்க்கைச் சித்திரங்கள் அனைத்தும் இணைந்து மிகப் பெரிய ஒரு காவியத்தன்மையைப் பெற்றன.

அவ்வாறு தகழியின் படைப்புகள் ஒரு நாட்டினுடைய, ஒரு காலத்தினுடைய வாழ்க்கைப் பரிணாம மாற்ற ஆவணமாக மாறியது. கட்டுக்கதைகளில் இருந்து வாழ்க்கையின் யதார்த்தங்களான உப்புக் கலந்த படைப்புக்களாக மலையாள கதை இலக்கியம் மாறிய காலத்தில் இலக்கிய வாழ்வைத் தொடங்கிய எழுத்தாளர் ஆவார் தகழி.

தான் எழுதத் தொடங்கிய காலத்தின் புதிய அறிவுகளின் மூலம் கதை என்றால் வெறும் நிகழ்ச்சித் தொகுப்பு மட்டுமல்ல என்றும் அதற்குமேல் அது வாழ்வில் சில தத்துவங்களையும் உட் கொண்டதாகும் என்ற புரிதல் தகழிக்கு இருந்தது.

அவர் ஒரு முறை இவ்வாறு கூறியுள்ளார் "இலக்கியம் என்று கூறுவது வெறும் இலக்கியம் மட்டுமல்ல அதில் அரசியலும் சமூகவியலும் வரலாறும் எல்லாம் உட்பட்டதாகும்".

தகழியின் இலக்கியத்தைப் பொருத்தமட்டில் அவற்றின் வாழ்க்கை சித்திரங்களை ஆழமாக்கும் காரணிகள் இவை மட்டுமல்ல உளவியலும் பிற அறிவியல் பிரிவுகளும் அவற்றில் உள்ளன. இந்த அணுகுமுறையோடு சிறுகதைகளும் நாவல்களும் எழுதிய தகழி சிவசங்கரப் பிள்ளையின் நூல்கள் இருபதாம் நூற்றாண்டின் கேரள வாழ்வின் வேறுபட்ட தளங்களில் ஏற்பட்ட விரைவான மாற்றத்தின் அடையாளப்படுத்தல்களாக இருந்தன. மனித உணர்வுகளின் நுட்பமான தளங்களைத் தோண்டி எடுத்து உள்ளே செல்லும் முறை மட்டுமல்ல தகழியுடையது.

அது இயல்பை மீறியவற்றையும் ஆன்மீகமான தளங்களையும் மைய படுத்தவில்லை என்பது உண்மையே. பரிணாம வளர்ச்சியினுடையவும் சலனம் ஏற்படுத்தும் சமூக வாழ்வினுடையவும் வித்தியாசங்களை மையப்படுத்தி தான் தகழியின் கதைகள் ஒளிர்ந்து உயர்ந்தன. அதனுடன் தொடர்பு கொண்டு பலதரப்பட்ட கதைகள் கருப்பொருட்களை சிக்கலாக்கம் செய்து படைக்க தகழி பெரும்பாலும் முயன்றுள்ளார்.

மனிதக் கண்ணோட்டத்தினுடையதும் நவீன மதிப்பீடுகளினுடையதுமான அடிப்படையில் நின்று கொண்டுதான் தகழி தனது படைப்புக்கள் வழியாக இந்த சிக்கல்களைக் கையாண்டுள்ளார். தொடக்ககாலத்தில் மார்க்சிய கொள்கையையும் பிராய்டின் உளவியல் தத்துவக் கண்ணோட்டங்களையும் தகழி பயன்படுத்தியிருந்தார்.

பிற்காலப் படைப்புகளில் காட்டும் வாழ்க்கைகளை இன்னும் சற்று ஆழத்தில் அணுகி தத்துவார்த்தமான ரீதியில் காணும் முறை வளர்ச்சியுற்று உள்ளது. 1930-களிலும் நாற்பதுகளிலும் தகழியும் நண்பர்களும் மிக ஊக்கத்தோடு முன்னணியில் செயல்பட்டு இருந்த முற்போக்கு இலக்கிய இயக்கத்தில் பிற்காலத்தில் ஏற்பட்ட தளர்வின் பின்னணியில் இந்த மாற்றம் ஏற்பட்டுள்ளது.

தோட்டியின் மகனும் ரெண்டிடங்கழியும் எழுதிய காலத்தின் அணுகுமுறையில் இருந்ததைவிட மேம்பட்ட ஒரு தெளிவு செம்மீன் முதலான பிற்கால நூல்களில் காணப்படுவது இதனால்தான். அந்த மாற்றங்களுடன் கேரள வாழ்வில் ஏற்பட்ட தனித்தன்மையான சூழ்நிலைகளையும் நுட்பமாகவும் விரிவாகவும் அணுக தகழி முயன்றுள்ளார். தனக்கு அறிமுகமான இடத்திலும் காலத்திலும் மனித மாதிரிகளை மையப்படுத்திக் கொண்டு ஒவ்வொரு படைப்பிலும் வாழ்க்கையின் வாய்ப்புகளை ஆராய்வதற்குத் தகழி முயன்று கொண்டிருந்தார்.

தகழி எழுதிய பெரும்பான்மையான படைப்புகளில் குட்டநாட்டின் வட்டாரத் தன்மை அதிகமாக வெளிப்படுகிறது. உலகத்தில் மொத்தமாக உள்ள மனிதர்களுடையவும் மனித பிரச்சனைகளினுடையவும் பிரதிநிதித்துவம் தகழி படைத்த குட்டநாடன் மனிதர்களிடம் காணமுடியும். அந்த உலகளாவிய வாழ்வியல் தன்மையை தனித்தன்மை உள்ளதாக ஆக்குவது அந்த கதாபாத்திரங்களுக்கும் கதைகளுக்கும் அவர் கொடுத்த வட்டாரத் தன்மையே ஆகும்.

இது தகழியின் படைப்புகளினுடைய ஒரு தனித்தன்மையான இயல்பாகும். ஒரு சிறு பகுதியில் உள்ள சாதாரண மக்களின் வாழ்வியலை விருந்தாக்கி காவியம் ஆவதற்கான நூல்களாகப் படைக்க தகழிக்குத் திறன் கொடுத்ததில் இந்தக் காரணிகளுக்கு அதிக

முக்கியத்துவம் உள்ளன. அதில் வரலாறும், சமூக அறிவியலும், உளவியலும் கொடுத்த புரிதலைப் பயன்படுத்தி உருவாக்கிய வாழ்வியல் சித்திரங்களைப் படைக்க தகழிக்கு இயன்றது.

பல படைப்புகளின் ஊடாகத் தகழி கட்டமைத்த காவியத்தில் சில மையக் கதைகளை அவர் நூல் பிரித்தும் இணைத்துக் கட்டியும் படைத்துக் கொண்டிருந்தார். ஒருங்கிணைந்த சக்திகளினூடாக சுரண்டப்பட்டோர் செய்த போராட்டங்கள், அதிகாரத்தின் உளவியல், மண்ணுக்கும் மனிதனுக்கும் உள்ள உறவு, ஆண் பெண் உறவின் முரணான சித்திரங்கள், பாலியலின் உளவியல், பண்பாட்டு மதிப்பீடுகளை விவாதத்திற்கு உள்ளாக்குதல் என்பவை அதில் முக்கிய இடம் பெறுகின்றன.

அடிப்படையில் அரசியல் பின்னணி உள்ளவையாகும் தகழியின் படைப்புகள், குறிப்பாக நாவல்கள். அது சமூக நிலைகளின் ஆழத்தில் இறங்கி விவரிக்கும் மனித மையமான நுட்ப அரசியலாகும். இதுபோன்ற உட்பொருட்களின் பலவகையான வாய்ப்புகளைத் தகழி படைப்புகளில் தேடுகிறார். கதைகளிலும் நாவல்களிலும் வேறுபட்ட படைப்பாக்க முறைகளைத் தகழி மாறி மாறி இந்தக் கதைக் கருப்பொருட்களில் பயன்படுத்தியுள்ளார்.

சில படைப்புகள் ஒருநிலையில் மேம்பட்டதாக இருப்பின் கதையின் உட்பொருள் தான் அவற்றை சிறப்பானதாக்குகின்றது. சில நூல்களில் தீவிரமாகவும் சிலவற்றில் எளிமையானதாகவும் அது காணப்படும்.

தகழியின் படைப்புகளினுடைய உயிர்நாடி அதன் உட்பொருளில் பொதிந்து இருக்கின்ற சிக்கல்களும் அதற்கு ஆதாரமான நுட்ப அரசியலும் ஆகும். தனது தலைமுறையில் பிற எழுத்தாளர்களை ஒப்பிட்டு பார்க்கும்போது கருத்து அடிப்படையில் பொருளியல் தேடல்களின் உள்ளோட்டத்தைத் தகழியின் முக்கிய படைப்புகளில் காண இயலும்.

அவரைத் தனித்தன்மையுடைய எழுத்தாளராக மாற்றிய முக்கியமான ஒரு சிறப்பு அம்சம் இதுதான். கதாபாத்திரங்களின் உணர்வுபூர்வமான வாழ்வை மையப்படுத்தி முன்னேறிக் கொண்டிருந்த

மலையாள நாவலில் தகழியின் படைப்புகள் இந்த மாற்றத்தை கவனப்படுத்தி கொண்டு வந்தன. காலத்தினுடைய, சமூகத்தினுடைய குணங்களை விவரித்து, பரிசோதிக்க முடிகின்ற கதைத் தேடல்களாக அவை மாறின.

வெளியிலிருந்து பார்க்கும்போது கதையிலானாலும் நாவலிலானாலும் கட்டமைப்பு நிலையில் கலை வடிவான அபூர்வத் தன்மையை கவனிக்கும் எழுத்தாளர் தகழி என்று கூற முடியாது. பல படைப்புகளிலும் முதலில் எழுதிய பிறகு அவர் அவற்றை இரண்டாம் முறை வாசித்தாரா என்றுகூட சந்தேகம் தோன்றும் படியான நிலை உள்ளது. ஆனால் சரியான ஒரு கட்டமைப்பு உணர்வை அவர் ஒவ்வொரு படைப்புகளிலும் காட்டியுள்ளார். வெள்ளப் பொக்கத்தில் போன்ற ஒரு செவ்வியல் சிறுகதை 22, 23 வயதான போது அவரால் எழுத முடிந்தது அதனால்தான். 60 வயதிற்கு மேல் வயதான காலத்தில் கயிறு போன்ற முன்மாதிரிகள் ஒன்றுமில்லாத ஒரு மாபெரும் நாவலைப் புதிய கட்டமைப்பு வடிவத்தில் எழுதி வெற்றி பெறச் செய்ய முடிந்ததும் இந்தக் காரணத்தால் தான்.

சாதாரண மக்களின் மொழியில் அவர்களுக்கு அறிமுகமான ஒருவர் அருகில் அமர்ந்து பேசுவது போன்ற உணர்வை ஏற்படுத்தும் முறையில்தான் தகழி கதைகளையும் நாவல்களையும் எழுதியுள்ளார். நாட்டுப்புற வழக்காறுகளின் மொழித் தனித்தன்மைகள் பல அதில் பதிந்து கிடக்கின்றன. குறிப்பாகக் கடந்த காலத்தின் கதைகள் கூறும் கயிறு முதலிய படைப்புகளில் இன்று மக்கள் பயன்படுத்தாத வட்டார தனித்தன்மை உள்ள பலவகையான சொற்களையும் வாக்கியங்களையும் மிக இயல்பாகவே தகழி பயன்படுத்தியுள்ளார். அவை இன்று அகராதி எழுதுபவர்களுக்கு ஒரு ஊற்றாகத் திகழ்கின்றன.

இருபதாம் நூற்றாண்டில் பெரிய அளவு வளர்ந்த மலையாள இலக்கிய வகைகள்தான் சிறுகதையும் நாவலும். அந்த வளர்ச்சியில் தகழியின் பங்கு இன்றியமையாததாகும். மலையாளத்தில் நான்கோ ஐந்தோ முதல் நிலை நாவல் எழுத்தாளர்களென எடுத்தால் அதில் ஒருவர் சந்தேகத்திற்கு இடமின்றி தகழி சிவசங்கரப்பிள்ளையாக இருப்பார். எண்ணற்ற சிறுகதைகளையும் எழுதியுள்ள தகழி அந்த

இலக்கிய வகைகளிலும் சிறந்த பல படைப்புகளுக்குப் பிறவி கொடுத்துள்ளார். வெறும் கதாபாத்திரங்களின் உணர்வுபூர்வமான வாழ்வுக்கு மேலாகச் சமூகத்தினுடையவும் காலத்தினுடையவும் சலனங்களினுடையவும் முத்திரை பதிந்த படைப்புகளாகும் அவை. அதுபோலவே மனித இயற்கையின் முரணான சித்திரங்கள் தகழியின் கதாபாத்திரங்களில் நுட்பமான தளத்தில் இயங்கி உள்ளன.

இந்த நிலையில் எல்லாம் சிறப்பும் ஆழமும் உடைய தகழியின் கதை இலக்கியம் வட்டார வாழ்வியல் சித்திரங்களினுடைய, நாட்டுப்புற மனிதர்களினுடைய வாழ்க்கை என்ற மிகப்பெரிய நிகழ்வின் உலகளாவிய மனித முகங்களோடு படைக்கப்பட்டுள்ளன. அவற்றில் சில மலையாள நாவலினுடைய சிறுகதைகளினுடைய வரலாற்றில் ஒளிர்ந்து நிற்கும் படைப்புகளாக அங்கீகாரம் பெற்றுள்ளன. அவ்வாறு வெற்றி பெற்ற ஒரு இலக்கிய உருவாக்கத்தின் பிரதிநிதியாகத் தகழி சிவசங்கரப் பிள்ளை என்ற எழுத்தாளர் மலையாள இலக்கியத்தில் உயர்ந்து நிற்கிறார்.

தகழியின் படைப்புகள்

நாவல்கள்

தியாகத்திண்டெ பிரதிபலம்	-	*1934*
பதிதபங்கஜம்	-	*1935*
சுசீலன்	-	*1938*
வில்பனக்காரி	-	*1941*
பரமார்த்தங்கள்	-	*1945*
தலையோடு	-	*1947*
தோட்டியுடெ மகன்	-	*1947*
ரெண்டிடங்கழி	-	*1948*
தெண்டிவர்க்கம்	-	*1950*
அவன்டெ ஸ்மரணகள்	-	*1955*
செம்மீன்	-	*1956*
பேரில்லாக்கத	-	*1956*
அவுசேப்பின்டெ மக்கள்	-	*1959*
அஞ்சு பெண்ணுங்கள்	-	*1961*
ஜீவிதம் சுந்தரமாணு, பக்ஷே	-	*1961*
ஏணிப்படிகள்	-	*1964*
தர்மநீதியோ? அல்ல ஜீவிதம்	-	*1965*
பாப்பியம்மையும் மக்களும்	-	*1966*
மாம்சத்தின்டெ விளி	-	*1966*
அனுபவங்கள் பாளிச்சைகள்	-	*1967*
ஆகாசம்	-	*1967*
சுக்கு	-	*1967*
வியாகுலமாதாவு	-	*1968*
நெல்லும் தேங்கையும்	-	*1969*
பெண்ணு	-	*1969*

நுரையும் பதையும் - 1970
பெண்ணாய் பிறந்நால் - 1970
கோடிப்போய முகங்கள் - 1972
குறேய மனுஷருடெ கத - 1973
அகத்தளம் - 1974
புன்னப்ற வயலாரினு சேஷம் - 1975
அழியாக்குருக்கு - 1977
ஆதியகால நாவல்கள் - 1977
கயிறு - 1978
லெகுநாவலுகள் - 1978
பலூனுகள் - 1982
ஒரு மனுஷன்டெ முகம் - 1983
ஒரு ப்ரேமத்தின்டெ பாக்கி - 1988
ஒரு எரிஞ்ஞுடங்கள் - 1990

கதைத் தொகுப்புகள்

புதுமலர் - 1935
கோஷ யாத்ர - 1941
அடி ஒழுக்குகள் - 1944
நித்ய கன்யகா - 1945
தகழியுடெ கதகள் - 1945
பதி விரத - 1946
மகளுடெ மகள் - 1946
பிரதிக்ஞ - 1947
பிரதீக்ஷகள் - 1947
மாஞ்சுவட்டில் - 1947
சரித்ர சத்யங்கள் - 1950
இன்குலாப் - 1951
ஞரக்கங்கள் - 1955

ஞான் பிறந்த நாடு - *1958*

கணக்குதீர்க்கல் - *1958*

ஆலிங்கனம் - *1961*

ஆத்யத்தெ பிரசவம் - *1962*

திரஞ்செடுத்த கதகள் - *1965*

ஏகாந்த பதிகன் - *1969*

சங்காதிகள் - *1969*

ஒரு குட்டநாடன் கத - *1992*

ஜீவிதத்தின்டெ ஒரேடு - *1993*

வெள்ளப்பொக்கத்திலும்
மற்று பிரதான கதகளும் - *2003*

சமாஹறிக்காத்த கதகள் - *2009*

கதகள்:தகழி - *2015*

தகழி:சம்பூர்ண கதகள் - *2015*

நாடகம்

தோற்றில்லா - *1946*

சுயசரிதை

என்டெ வக்கில் ஜீவிதம் - *1961*

என்டெ பால்யகாலக் கத - *1967*

குறே கதாபாத்ரங்கள் - *1980*

ஓர்மையுடெ தீரங்களில் - *1985*

எளிய வாழ்க்கை வரலாற்றுத் தொகுப்பு

கால்ப்பாடுகள்

பயணக் கட்டுரை

அமேரிக்கன் திரசீல - *1966*

தகழி சிவசங்கரப் பிள்ளை – வாழ்க்கைக் குறிப்பு

1912 - ஏப்ரல் 17 ல் பிறப்பு

1929 - முதல் சிறுகதை 'சாதுக்கள்' வெளியிடப் பட்டது, கருவாற்றா என்.எஸ்.எஸ். மேல்நிலைப் பள்ளியிலிருந்து இ.எஸ்.எல்.சி. வெற்றி பெற்றார்.

1931 - திருவனந்தபுரம் சட்டக் கல்லூரியில் ப்லீடர்ஷிப்பில் சேர்ந்தார்.

1934 - முதல் நாவல் 'தியாகத்திண்டெ பிரதிபலம்' வெளிவந்தது.

1935 - கமலாக்ஷி அம்மா (காத்த) வைத் திருமணம் செய்தார்.

1935 - முதல் கதைத்தொகுப்பு புது மலர் வெளியிடப்பட்டது

1939 - பிலீடராக அம்பலப்புழை நீதிமன்றத்தில் செயல்படத் துவங்கினார்.

1945 - தகழியின் கதைகள் இலக்கிய செயல்பாட்டு ஒருங்கிணைப்பு சங்கம் முதல் வெளியீடாக வெளியிட்டது.

1947 - தோட்டியின் மகன் வெளியிடப்பட்டது.

1948 - ரெண்டிடங்கழி வெளியிடப்பட்டது.

1956 - செம்மீன் வெளியிடப்பட்டது.

1957 - சாகித்திய அகாதெமி விருது வழங்கப்பட்டது.

1957 - ஜப்பான் தாய்லாந்து வியட்நாம் சுற்றுப்பயணம்.

1959 - ரஷ்யாவிலும் மலையாவிலும் பயணம்.

1962 - இங்கிலாந்து அமெரிக்கா பிரான்ஸ் சுற்றுப்பயணம்.

1964 - ஏணிப்படிகள் வெளியிடப்பட்டது

1965 - கேரள சாகித்திய அகாதமி விருது கிடைத்தது.

1965 - தேர்ந்தெடுத்த கதைகள் வெளியிடப்பட்டது.

1972 - இங்கிலாந்து இத்தாலி பயணம்.

1974 - சோவியத் நாடு நேரு விருது கிடைத்தது. சோவியத் யூனியனுக்குப் பயணம்.

1978 - கயிறு வெளியிடப்பட்டது.

1979 - கேரள சாகித்திய அகாதெமியின் தலைவராக நியமிக்கப்பட்டார்.

1980 - வயலார் விருது கிடைத்தது.

1984 - ஞானபீட விருது கிடைத்தது.

1985 - பத்ம பூஷன் விருது கிடைத்தது.

1985 - கேரள பல்கலைக்கழகத்தின் டி லிட் அங்கீகாரம். மகாத்மா காந்தி பல்கலைக்கழகத்தின் டிலிட் அங்கீகாரம்.

1985 - கேரள சாகித்திய அகாதமியின் சிறப்பு அங்கத்துவம்.

1986 - ஜெர்மனியில் நடந்த உலக மலையாள சந்திப்பில் பங்கேற்பு.

1989 - சாகித்திய அகாதமியின் சிறப்பு அங்கத்துவம்.

1991 - கயிறு இந்திய தொலைக் காட்சியில் ஹிந்தியில் இந்தியா முழுவதும் ஒளிபரப்பு செய்யப்பட்டது.

1994 - கேரள அரசின் இலக்கிய விருதான எழுத்தச்சன் விருது கிடைக்கப் பெற்றது.

1999 - ஏப்ரல் 10-இல் மறைந்தார்.